யுத்த தூஷணம்

ஷோபாசக்தி நேர்காணல்கள்

2012 - 2023

பொன்னகரிக் கதிரவன்

யுத்த தூஷணம்

ஷோபாசக்தி நேர்காணல்கள்

2012 - 2023

கருப்புப் பிரதிகள்

யுத்த தூஷணம்
ஷோபாசக்தி நேர்காணல்கள் 2012-2023
© ஆசிரியருக்கு

முதல் பதிப்பு: நவம்பர் 2023
வெளியீடு: கருப்புப் பிரதிகள்
பி 55, பப்பு மஸ்தான் தர்கா, லாயிட்ஸ் சாலை,
சென்னை 600 005.
பேச: 94442 72500
மின்னஞ்சல்: karuppupradhigal@gmail.com

அகபுற வடிவமைப்பு: ஜீவமணி
அலுவலக உதவி: அறிவொளி, அருள் குமார், ஹரிதாஸ்

அச்சாக்கம்: ஜோதி எண்டர்பிரைசஸ், சென்னை 600 005.

விலை: ரூ. 200.00

Yutha thooshanam
Shobasakthi Interviews 2012-2023
© Author

First Edition: November, 2023

by Karuppu Pradhigal
B55, Pappu Masthan Darga, Lloyds Road,
Chennai 600 005, Tamil Nadu, South India.
Mobile: 94442 72500
Email: karuppupradhigal@gmail.com

Cover, Layout: Jeevamani
Printed by: Jothy Enterprises, Chennai 600 005.

Price: ₹ 200.00

ISBN: 978-93-95256-91-9

மக்களுக்கு எல்லாவற்றையுமே விளக்கிவிட முடியும். ஆனால், அதற்கு ஒரு நிபந்தனையுண்டு. மக்கள் விளங்கிக்கொள்ள வேண்டும் என நீங்கள் உண்மையிலேயே விரும்ப வேண்டும்

Frantz Fanon
The Wretched of the Earth

என்னுடைய எளிய ஒற்றைக் குரலை
மக்களிடம் பரவலாக எடுத்துச் செல்வதற்காக,
எப்போதும் என்னுடன்
உரையாடலை நிகழ்த்திக்கொண்டிருக்கும்
பத்திரிகை, இணைய மற்றும் காட்சி ஊடகத்
தோழர்களுக்கு இந்நூல்.

மாறுகாலம்

'உரையாடல் என்பது அறிவைப் பகிர்ந்துகொள்வது; விவாதம் என்பது அறியாமையைப் பகிர்ந்துகொள்வது' என்றொரு மேற்கோளுண்டு. விவாதங்களாக அல்லாமல் நிதானமான உரையாடல்களாக அமைந்த பன்னிரண்டு நேர்காணல்கள் இந்தத் தொகுப்பில் உள்ளன.

ஒரு சிறந்த நேர்காணல் என்பது நேர்காணல் வழங்குபவரின் ஆழ்மனதில் உறைந்திருக்கும் நினைவுகளையும் கனவுகளையும் மட்டுமல்லாமல் கசடுகளையும் வெளியே அள்ளிப் போட்டுவிடக் கூடியது. பொதுவெளிக்காக உதிர்க்கும் பொய்களையும் வாய்ச் சவடால்களையும் திரிபுகளையும் ஒரு நுட்பமான நேர்காணல் அம்பலப்படுத்திவிடும். நேர்காணல்களின் இடையே உரையாடலை முறித்துக்கொண்டு வெளியேறும் பலரை நீங்கள் பார்த்திருக்கிறீர்கள்.

நேர்காணல்களை வழங்குவதற்கு நான் ஒருபோதுமே தயங்கியதில்லை. கருத்துநிலையில் எனக்கு முழுமையான எதிர்த் தரப்பில் உள்ளவர்களிடமும் நான் மனம் திறந்து பொறுமையாக உரையாடியிருக்கிறேன். நேர்காணல்களில் எழுப்பப்படும் வித்தியாசம் வித்தியாசமான கேள்விகள் என்னை நானே திரும்பிப் பார்ப்பதற்கும் மறுபரிசீலனை செய்வதற்குமான தூண்டுதல்களாக இருக்கின்றன. எனக்குள் நிகழ்ந்திருக்கும் கருத்தியல் மாற்றங்களைத் தொகுத்துக்கொள்ள இந்த நேர்காணல்கள் மிகச் சிறந்த களங்களாக அமைந்துவிடுகின்றன. புலம் பெயர்ந்த தமிழ் எழுத்தாளர்களிலேயே அதிகமான நேர்காணல்களை வழங்கியிருப்பவன் நானாகத்தான் இருப்பேன். அதேபோன்று, எழுத்தாளுமைகளிடம் அதிகமான நேர்காணல்களைப் பெற்று வெளியிட்டவனும் நானாகவே இருப்பேன். எஸ். பொன்னுத்துரை, தொ. பரமசிவன், அ. மார்க்ஸ் போன்ற முன்னோடிகளிலிருந்து தீபச்செல்வன், ம. நவீன், ஸர்மிளா ஸெய்யித் போன்ற இளையவர்கள் வரைக்கும் விரிவான நேர்காணல்களைச் செய்திருக்கிறேன். இவற்றில் தேர்ந்தெடுக்கப்பட்ட நேர்காணல்கள் இரண்டு தொகுப்புகளாக வெளியாகியுள்ளன.

ஓர் எழுத்தாளுமையிடம் நேர்காணலைப் பெறுதற்காக நான் எவ்வளவு முன் தயாரிப்புகளைச் செய்கிறேனோ, அதுபோன்றே நான் நேர்காணலொன்றை வழங்கும்போதும் முன்தயாரிப்புகளைச் செய்துகொள்கிறேன். நான் வழங்கும் நேர்காணலில் தவறான செய்திகள், பிழையான தகவல்கள் இடம் பெறக்கூடாது என்பதில் அதிகபட்ச விழிப்புணர்வுடன் இருக்கிறேன். உணர்ச்சிவயப்பட்டுச் சொற்களைச் சிதறிவிடக்கூடாது என்ற மனக் கட்டுப்பாட்டுடனேயே

நேர்காணல் மேசையில் அமர்கிறேன். நேர்காணலைப் படிக்கும் வாசகருக்குக் கிளுகிளுப்பூட்டுவதோ கிச்சுக்கிச்சு மூட்டுவதோ என்னுடைய வேலையில்லை என்ற தெளிவு எனக்கு இருக்கிறது. எவர் மீதாவது அவதூறோ பொய்யோ சொல்லும் நிலை எனக்கு ஒருபோதும் ஏற்பட்டதில்லை. என்னை அறியாமல் கூட அவ்வாறு நிகழக்கூடாது என்பதால் கடிநாய் போன்று நான் என்னையே கண்காணித்துக்கொண்டிருக்கிறேன். மிகுந்த கவனத்துடனேயே என்னுடைய நாவு ஒவ்வொரு சொல்லையும் உச்சரிக்கிறது. என்னுடைய ஒவ்வொரு சொல்லுக்கும் பொறுப்பேற்கவும் பதில் சொல்லவும், எந்த இடத்திலும் எந்த நிலையிலும் நான் தயாராகவே இருக்கிறேன்.

இந்தத் தொகுப்பிலுள்ள நேர்காணல்கள் பத்து வருட காலப்பகுதிக்குள் மேற்கொள்ளப்பட்டவை. இந்த ஒரு தசாப்த காலத்தில் என்னுடைய கருத்து நிலையிலும் புரிதல்களிலும் மட்டுமல்லாமல் வாழ்விலும் ஏற்பட்டு வந்த மாற்றங்களை இந்த நேர்காணல்களின் வழியே நீங்கள் அவதானிக்கலாம். எனக்குள் ஏற்பட்ட கருத்துநிலை மாற்றங்கள் இயல்பான வளர்ச்சிப் போக்கே அல்லாமல் கருத்தியல் சீரழிவு கிடையாது என்பதை இந்தத் தொகுப்பு நிரூபணம் செய்வதாகவே நான் கருதுகிறேன்.

வெவ்வேறு ஊடகங்களுக்கு நேர்காணல்களை வழங்கும்போது, கூறியது கூறலைத் தவிர்த்துவிட முடிவதில்லை. குறிப்பாக, தமிழீழ விடுதலைப் புலிகள் மீதான என்னுடைய விமர்சனங்களைக் குறித்தும் பாரிஸ் வாழ்வு குறித்தும் திரும்பத் திரும்பக் கேள்விகள் கேட்கப்படுகின்றன. எனவே, நானும் திரும்பத் திரும்ப இவை குறித்து இந்த நேர்காணல்களில் பேசியிருக்கிறேன். என்னுடைய கருத்தியல் வளர்ச்சிப் போக்கில் ஏற்பட்டுக்கொண்டேயிருந்த மாற்றங்களை இந்தப் பதில்களில் நீங்கள் உணரக்கூடும்.

நான் முப்பது வருடங்களுக்கு முன்னால், ஓர் அரசியல் அகதியாகப் பாரிஸில் வாழ்க்கையை ஆரம்பித்தவன். இன்றுவரை அகதி, அந்நியன் என்ற மனநிலையிலிருந்து நான் மீளவில்லை. என்னுடைய எழுத்துகளில் கணிசமான பகுதி அகதிகள் குறித்ததாகவேயிருக்கும். பிரஞ்சு மொழியில் வெளியாகும் என்னுடைய நேர்காணல்களில் அகதிகளுடைய கையறு நிலையையும், பிரஞ்சு அரசாங்கத்தின் இனவாதப்போக்கையும் எடுத்துச்சொல்வதிலேயே நான் முனைப்பாகயிருப்பேன். அகதிகளுடைய நியாயமும் அவலமும் வெள்ளைக்காரர்களுக்கு மட்டுமல்லாமல், கறுப்புத் தமிழ் எழுத்தாளர்களுக்கும் சிலவேளைகளில் புரிவதில்லை. சுற்றுலாப் பயணியாகச் சில நாட்கள் பாரிஸ் நகரத்தில் சுற்றிய எழுத்தாளர் ஜெயமோகன் “பாரீஸ் அழகாக இருந்திருக்கும், ஆனால் அண்மைக்கால அகதிப்பெருக்கம் அதன் பாதுகாப்பை அழிக்கிறது. எங்கு நோக்கினும் திருடர்கள், பிச்சைக்காரர்கள்” என்று சமீபத்தில் எழுதியிருந்தார்.

உண்மையில் இந்த நகரத்தில் அகதிகள் திருடுவதில்லை. அகதிகளிடம்தான் திருட்டும் வழிப்பறியும் நடக்கிறது. அகதிகள் பிச்சை எடுத்தால் ஜெயமோகன் விமர்சிக்க வேண்டியது அகதிகளுக்கு அடிப்படை வசதிகளைக் கூடச் செய்து கொடுக்காத பிரான்ஸ் அரசாங்கத்தையே. அகதிகளால் இந்த நகரத்தின் பாதுகாப்புக்கு என்ன கேடு வந்தது என்பது எனக்குப் புரியவேயில்லை. மாறாக, அகதிகள்தான் பாதுகாப்பற்ற நிலைக்குள் தள்ளிவிடப்பட்டிருக்கிறார்கள். உறங்குவதற்கு இடமில்லாமல், கடுங் குளிர் தாக்கி நூற்றுக்கணக்கான அகதிகள் இறந்துபோயிருக்கிறார்கள். அகதிகளால் நகரத்தின் அழகு கெடுகிறது என்பதெல்லாம் இதுவரை வெள்ளை இனவாதிகள்கூட உதிர்க்காத கருத்து. பாரிஸ் நகரத்தின் வளர்ச்சியிலும் இயக்கத்திலும் அகதிகளின் உழைப்பு மிகப் பெரிது. இந்த நகரத்திலிருக்கும் ஓர் இலட்சம் ஈழத் தமிழ் அகதிகள் மட்டுமல்லாமல், பல்வேறு இனங்களையும் நிறங்களையும் சேர்ந்த இலட்சக்கணக்கான அகதிகளும் இதற்குச் சாட்சி. அகதிகள் மீது குற்ற முத்திரை குத்துவது நியாயமற்றது என்பதோடு அகதிகளின் உலகைப் புரிந்துகொள்ளாத அரைகுறைபாடுமாகும். இந்தத் தொகுப்பிலுள்ள சில நேர்காணல்கள் அகதியொருவனின் அகவுலகைப் புரியவைக்கும் என்று நம்புகிறேன்.

என்னுடைய புனைவெழுத்துகளில் மட்டுமல்லாது, அ–புனைவு எழுத்துகளிலும் மையமாக இருப்பது போர் எதிர்ப்பே. இந்தத் தொகுப்பிலுள்ள நேர்காணல்களில் வெளிப்படும் ஆதாரக் குரல் போர் எதிர்ப்பே! போர் நிந்தனையே! யுத்த தூஷணமே!

நான் இதை எழுதிக்கொண்டிருக்கும் இந்தக் கணத்தில், உலகெங்கும் நூற்றுப்பதினான்கு இடங்களில் ஆயுதப் போர்கள் நிகழ்ந்துகொண்டிருக்கின்றன. இவற்றில் பல போர்கள் அய்ம்பது வருடங்களுக்கும் மேலாக நீடித்துக் கொண்டிருக்கின்றன. தினமும் ஆயிரக்கணக்கான பொதுமக்கள் யுத்தத்தால் கொல்லப்படுகிறார்கள். இலட்சக்கணக்கானோர் அகதிகளாகிறார்கள். போருக்குள் சிக்குண்ட மக்களைக் குறித்துப் போரிடும் தரப்புகளுக்கு மட்டுமல்லாமல், சர்வதேசப் பொதுச் சமூகத்திற்கும் அக்கறையில்லை என்பதே நம்காலத்தின் நிதர்சனமான உண்மை. சில வருடங்களுக்கு முன்பு ஈழத்தில் நடந்த இனப்படுகொலையில் சர்வதேசச் சமூகம் எவ்வாறு கண்களை இறுக மூடிக்கொண்டிருந்ததோ, அதே போன்றுதான் இன்று பாலஸ்தீனத்தின் மீது இஸ்ரேல் நிகழ்த்திக்கொண்டிருக்கும் இனப்படுகொலை குறித்தும் சர்வதேசச் சமூகம் கண்டும் காணமலிருக்கிறது. ஈழத்தில் ஓடிய இரத்தத்தையும், காஸாவில் ஓடிக்கொண்டிருக்கும் இரத்தத்தையும் நக்கிச் சுவைப்பதைத் தவிர வேறென்ன செய்துகொண்டிருக்கின்றன சர்வதேச அரசுகள்? வெள்ளை மனிதவுரிமை நிறுவனங்களின் கைகளைக் கட்டிப்போட்டிருப்பது யார்?

இந்தக் கேள்விகளைப் புரிந்துகொள்ளும் திறன் உலகப் பொதுமக்களுக்கு இல்லாமல் போய்விட்டதோ என்று நான் அச்சமுறுகிறேன். இந்த யுத்தங்களுக்கு எதிராகச் சர்வதேசக் குடிமைச் சமூகங்களிடமிருந்து கூட்டாகத் தொடர் போராட்டங்கள் நடைபெறவில்லை. அங்கொன்றும் இங்கொன்றுமாக நிகழும் போர் எதிர்ப்புக் கூட்டங்களும் பேரணிகளும் போரை நிறுத்தும் வல்லமையற்றவை. உலகம் முழுவதும் யுத்தத்திற்குள் சிக்கியிருக்கும் பொதுமக்கள் சர்வதேசச் சமூகத்தால் கைவிடப்பட்டிருக்கிறார்கள் என்பதுவே உண்மை.

போர் பல்வேறு பெயர்களில் பல்வேறு தரப்பினரால் முன்னெடுக்கப்படுகிறது. ஆக்கிரமிப்புப் போர், காலனியத்திற்கான போர், சுதந்திரத்திற்கான போர், விடுதலைப் போர், புரட்சிகரப் போர், புனிதப் போர் என எந்த அடையாளத்தோடு ஆயுதப் போர் நடத்தப்பட்டாலும் அது இக்காலத்தில் மக்களுக்குப் பேரழிவை மட்டுமே கொண்டுவருகிறது. இதற்கு நூற்றுக்கணக்கான இரத்த உதாரணங்கள் நம்மிடையே உள்ளன. ஆயுதப் போரை நடத்துபவர்கள் மட்டுமல்லாமல் போரை ஆதரிப்பவர்கள், புகழ்பாடுபவர்கள், பரணி பாடுபவர்கள் அனைவருமே போர்க் குற்றவாளிகள் என்றே நான் குற்றம் சாட்டுகிறேன்.

பதின்ம வயதில், ஆயுதம் தாங்கிய ஒரு கெரில்லாப் போராளியாகத்தான் நான் என்னுடைய வாழ்க்கையை ஆரம்பித்தேன். போரின் விளைவுகளை நேரடியாகப் பார்த்திருக்கிறேன். போர் எவ்வாறு ஒரு சமூகத்தை உளவியல்ரீதியாகப் பாதிக்கிறது என்பதை அனுபவபூர்வமாக உணர்ந்திருக்கிறேன். போர் எவ்வாறு ஒரு சமூகத்தின் பண்பாட்டையும் நாகரிகத்தையும் அழித்தொழிக்கிறது என்பதைப் பார்த்திருக்கிறேன். போர் எவ்வாறு கருத்துச் சுதந்திரத்தைப் பறித்து எழுத்தாளர்களையும் கலைஞர்களையும் யுத்தப் பிரபுக்களின் வழிபாட்டாளர்களாக மாற்றிவிடுகிறது என்பதைக் கண்டிருக்கிறேன். எனவேதான் 'பத்து நாட்கள் போர் செய்வதைவிடப் பத்து வருடங்கள் பேச்சுவார்த்தை நடத்துவதே சிறந்தது' என்ற மேற்கோளைத் திரும்பத் திரும்பச் சொல்லிக்கொண்டிருக்கிறேன். கடந்த கால்நூற்றாண்டாக எனது எழுத்துகள் வழியே போர் எதிர்ப்புப் பரப்புரை செய்துவருகிறேன். அதனுடைய இன்னொரு எத்தனமே இந்த நேர்காணல் தொகுப்பு.

ஆவணக் காப்பகங்களிலும் நூலகங்களிலும் தேடியெடுத்த செய்திகளைச் சான்றுகளாக வைத்து நான் பேசவில்லை. நான் அனுபவித்த வாழ்க்கையையே பூச்சுகளின்றிச் சீழும் ஊனும் நிணமுமாக உங்கள் முன் வைத்திருக்கிறேன்.

07 நவம்பர் 2023, பாரிஸ் — **ஷோபாசக்தி**

உள்ளடக்கம்

1. நடுவு நிலைமை என்பது
   எந்தப் பக்கமும் சாராது இருத்தலல்ல 15

2. என் அரசியலில் இருந்தே
   எனது கதைகள் பிறக்கின்றன 24

3. எனக்கு யுத்தத்தைத் தெரியும் 32

4. அம்பேத்கரும் பெரியாரும் இல்லாத அரசியல்
   இனி சாத்தியமில்லை 44

5. பெரியாரியர்களைப் பொறுத்தவரை மகாபாரதமும்
   அரசியல் பிரதிதான்! 77

6. இச்சா கேள்விகள் 83

7. நான் எதையுமே தன்னியல்பாக எழுதுவதில்லை 87

8. அகதிகளுக்கான பைபிளை எழுதுகிறேன் 105

9. அண்ணாமலை என்ன, அமித்ஷா
   இலங்கைக்கு வந்தாலும் பலிக்காது! 116

10. எழுதுவது சிலுவையைச் சுமப்பதைப் போன்றது 121

11. யுத்தம் கதைகளை உருவாக்கி
    இரகசியமாக வைத்திருக்கிறது 125

12. கதையின் மொழி இசை போன்றிருக்க வேண்டும் 143

நடுவு நிலைமை என்பது எந்தப் பக்கமும் சாராது இருத்தலல்ல

ஞானம், நவம்பர் 2012
நேர்கண்டவர்: **லெ. முருகபூபதி**

■ தங்களது படைப்புகளின் ஊடாகவே தங்களது சிந்தனைகளை வாசகர்கள் தெரிந்துகொள்கின்றனர். புலம்பெயர்ந்து வாழும் பல படைப்பாளிகளுக்கு மத்தியில் தாங்கள் மிகவும் துணிச்சலுடன் கருத்தாடலில் ஈடுபடுபவர். தங்களுடன் கருத்தியல் ரீதியாக முரண்படுபவர்கள் கூட தங்களின் படைப்புகளை விரும்பிப் படிப்பதாக அறிகின்றோம். ஈழத்து வாசகர்களுக்கு தங்களது எழுத்துலகப் பிரவேசம் பற்றிய தகவல்களை சொல்லுங்கள்?

மிகச் சிறிய வயதிலேயே எனக்குத் தமிழ்த் தேசியப் போராட்டத்தின் மீது ஈடுபாடு ஏற்பட்டுவிட்டது. அரசியல் முழக்கங்களை உருவாக்கிச் சுவர்களில் எழுத ஆரம்பித்து, அரசியல் துண்டறிக்கைகள், கவிதைகள், நாடகம் எனப் பரப்புரை எழுத்துகளை எழுதியவாறே நான் எழுத்துத்துறைக்குள் நுழைந்தேன். பரப்புரை எழுத்துகள் என்பதற்கு அப்பால் தீவிர இலக்கியம் நோக்கி நகர்வதற்கு ஏதுவான நிலைமைகள் அப்போது என் சூழலில் இருக்கவில்லை.

எனது இருபத்தைந்தாவது வயதில் பாரிஸ் வந்தேன். இங்கே 'புரட்சிக் கொம்யூனிஸ்ட் கழகம்' என்ற சர்வதேச ட்ரொட்ஸ்கிய அமைப்போடு தொடர்பு ஏற்பட்டது. அமைப்போடு இணைந்திருந்த அந்த நாட்களில் செவ்வியல் இலக்கியங்களும், நவீன இலக்கியங்களும் எனக்குக் கட்சித் தோழர்கள் மூலமாக அறிமுகமாயின. அந்த நாட்களில் நான் அரசியலில் மாத்திரமல்லாமல் கலை, இலக்கியத்திலும் கட்சியால் பயிற்றுவிக்கப்பட்டேன். பீற்றர் ஸ்வாட்ஸ்,

நிக் பீம்ஸ், ஸ்டீவ், ஞானா போன்ற மிகச் சிறந்த ஆளுமைகளிடம் கற்றுக்கொள்ளவும், விவாதிக்கவும் எனக்கு வாய்ப்புக் கிடைத்தது. கட்சித் தோழர்களுடனான விவாதங்கள், உரையாடல்கள் மூலமாக நான் எனக்கான எழுத்தைக் கண்டடைந்தேன்.

■ *புலம் பெயர்ந்து சென்ற பின்னரே தாங்கள் எம்மவர் மத்தியிலும் — பிறமொழிகளில் தங்கள் படைப்புகள் மொழிபெயர்க்கப்பட்டதனால் — ஏனையோர் மத்தியிலும் நன்கு அறிமுகமானவர். தங்கள் இலக்கியப் பிரதிகள் தொடர்பாகவும், கருத்துக்கள் பற்றியும் வெளியாகும் எதிர்வினைகளுக்கு முகம்கொடுக்கும்போது தங்கள் உணர்வுகளை வீச்சான மொழிகளில் வெளிப்படுத்துகிறீர்கள். அரசியல் ரீதியாகத் தங்களது உணர்வுகளின் பின்புலம் பற்றிச் சொல்ல முடியுமா?*

தேசியம், இனம், சாதி, மொழி போன்ற எந்த வடிவில் அதிகாரம் மக்கள் மீது செலுத்தப்பட்டாலும் சமரசமில்லாமல் அதை எதிர்த்து நிற்க வேண்டும். இதுவே எழுத்தாளருக்கான அடிப்படை அறம். நிறுவப்பட்டிருக்கும் நீதி அமைப்பும், சட்டங்களும், தத்துவங்களும், தேசியம் குறித்த கற்பிதங்களும், பொதுப் பண்பாடும் இச் சமூகத்தின் பெரும்பான்மை மக்கள் மீது திணிக்கப்பட்டிருக்கின்றன. இந்தத் திணிப்புகள் தேசியத்தின் பெயராலும், மதத்தின் பெயராலும், கலாசாரத்தின் பெயராலும், இனவுணர்வின் பெயராலும் சமூகத்தின் பொதுப்புத்தியால் ஏற்றுக்கொள்ளப்பட்டிருக்கும் நிலையில்; இவை குறித்துக் கேள்விகளை எழுப்புபவர்கள் மிகச் சிறுபான்மையினரே. எனவே கேள்வி எழுப்பும் சிறுபான்மையினர் மீது பெரும்பான்மைப் பொதுப்புத்தியின் அதிருப்தி இருந்தேயாகும். அந்த அதிருப்தி சப்பைக் குற்றச்சாட்டுகளாகவும், சிலவேளைகளில் அவதூறுகளாகவும் வெளிப்படும். கேள்வி எழுப்புவர்கள் மீது பொது அவமானமும், சமூகப் புறக்கணிப்பும் நிகழும். இது ஒரு கருத்துப் போராளி தனது எழுத்துக்காகக் கொடுத்தேயாக வேண்டிய விலை.

நாங்கள் எங்களுக்காக மட்டுமல்லாமல், எங்கள் மீது நிராகரிப்புகளையும் அவதூறுகளையும் கொட்டுபவர்களுக்காகவும் சேர்த்துத்தான் அதிகாரத்திடம் கேள்விகளை எழுப்புகிறோம் என்ற எங்களது உறுதியான நம்பிக்கைதான் எங்களது துணிச்சலுக்கும், எங்களது வீச்சான கருத்துப் போருக்குமான அடிப்படை.

■ *யூத இனத்தவர்கள் போன்று தமிழர்கள் தங்களுக்கென ஒரு நாட்டை உருவாக்கிக்கொள்ளத் தவறிவிட்டார்கள் என்று தமிழ்ப் புத்திஜீவிகள் சொல்லிவருகின்றனர். இலங்கையில் தமிழர்களும், சிங்களவர்களும், முஸ்லிம்களும் ஒரே நாட்டுக்குள் ஒற்றுமையாக வாழ முடியாதா? இது பற்றி என்ன கருதுகிறீர்கள்?*

சிங்களப் பெரும்பான்மை இனத்துடன் ஏனைய சிறுபான்மை இனங்கள் ஒற்றுமையாகச் சேர்ந்து வாழ்வதென்பது சிங்கள இனத்தவர்களின் கைகளிலேயே பெரிதும் தங்கியுள்ளது. சிங்கள மக்களுக்குள்ள அரசியல், பொருளியல், பண்பாட்டு உரிமைகள் ஏனைய இனங்களுக்கும் நீதியுடன் பகிரப்பட்டால் மட்டுமே ஒற்றுமை சாத்தியமாகும். சிறுபான்மை இனங்களின் தனித்துவமான மொழியும், பண்பாடும், பாரம்பரிய நிலமும் பெரும்பான்மை இன அரசால் சிதைக்கப்படக் கூடாது.

இலங்கையின் ஆட்சியாளர்கள் சிறுபான்மை இனங்களின் மீது இன வெறுப்பைக் கக்குவதை நிறுத்துவதே இனங்களுக்கிடையேயான ஒற்றுமைக்கான முதல் நிபந்தனை.

தமிழர்களோ மற்றைய சிறுபான்மை இனங்களோ பெரும்பான்மை இனத்தின் மீது அரசியல் ஐயுறவு கொள்ளவும், பிரிந்து செல்வது குறித்து யோசிக்கவுமான காரணங்களை இலங்கை இனவாத அரசுகளே உருவாக்கின. அந்தக் காரணங்கள் இன்னும் அப்படியேதான் உள்ளன.

இப்போது ‘இணக்க அரசியல்’ என்றொரு சொல்லாடல் சில தமிழ் அரசியற் தரப்புகளால் முன்வைக்கப்படுகிறது. அரசுடன் இணங்கி மக்களுக்கான அபிவிருத்தித் திட்டங்களை முன்னெடுக்க வேண்டும் என்கிறார்கள் அவர்கள். அரசிடமிருந்து அபிவிருத்தித் திட்டங்களையும், சமூகநல உதவிகளையும் பெறுவது மக்களது அடிப்படை உரிமை. அதைச் செய்து கொடுக்க வேண்டியது அரசுடைய கடமை.

இந்த அபிவிருத்தி திட்டங்களுக்காக அரசினுடைய இனவாதப் போக்கைக் கண்டுகொள்ளாமலிருப்பதும், அரசுடைய அராஜகங்களின் முன் வாய் பொத்தி நிற்பதும், இன்னுமொரு படி கீழிறங்கி இலங்கை அரசுக்கு இடதுசாரிப் பாத்திரத்தையும், ஏகாதிபத்திய எதிர்ப்புப் பாராட்டுப் பத்திரத்தையும் இந்த இணக்க

அரசியலாளர்கள் வழங்குவது மக்களுக்குச் செய்யும் மோசமான துரோகமாகும். இணங்கி வாழ்வதற்கும், அடிமைகளாக வாழ்வதற்கும் நிறையவே வேறுபாடுகளுள்ளன. கைகளில் விலங்குடன் இன்னொருவருடன் கைகளைக் குலுக்கிக்கொள்ள முடியாது.

- இன்றைய அவலத்திற்கு அரசுகளும் ஆயுதம் ஏந்திய இயக்கங்களும் தான் காரணம் எனில், ஒரு படைப்பாளி என்ற முறையில் அவலங்களிலிருந்து பாதிக்கப்பட்டவர்கள் விடுபடுவதற்கும் மீண்டும் பேரவலங்கள் தோன்றாதிருப்பதற்கும் தங்களது கருத்துகள் என்ன?

இலங்கைத் தீவின் இன முரண்களையும், இனங்களுக்கு இடையிலான பரஸ்பர சந்தேகங்களையும் அதிருப்திகளையும் ஒருபோதும் ஆயுதத்தாலோ, இராணுவ நடவடிக்கைகளாலோ போக்கிவிட முடியாது என்பதைப் போராடும் சிறுபான்மை இனங்கள் மட்டுமல்லாமல், ஆளும் தரப்பும் பெரும்பான்மை இன மக்களும் விளங்கிக்கொள்வது முக்கியமானது.

இலங்கையின் புவியியல், பொருளியல், பண்பாடு எனத் தீர்க்கமாகச் சிந்திக்கையில் இலங்கை வரலாற்று ரீதியாகவே இந்திய வல்லரசின் கீழேயே இருக்கிறது. இலங்கையின் இறையாண்மை சுயாதீனமானதல்ல. இந்த அரசியல் உண்மையை நாம் கசப்புடன் ஏற்றுக்கொண்டேயாக வேண்டும்.

இலங்கையில் ஓர் அரசியல் தீர்வு ஏற்பட வேண்டுமெனில், அதற்கு இந்திய அரசினது முழுமையான ஒப்புதல் கிடைத்தேயாக வேண்டும். இனப் பிரச்சினையில் சிங்களவர்களும், தமிழர்களும், இஸ்லாமியர்களும் மட்டுமல்லாமல் இந்திய ஆட்சியாளர்களும் ஓர் அசைக்க முடியாத தரப்பே என்ற உண்மையை நாங்கள் விளங்கிக்கொள்ள வேண்டும்.

இலங்கை - இந்திய உடன்படிக்கையை முழுமையாக அமல்படுத்தப்படுவதும், மாகாண சபைகளுக்கு காணி, காவல்துறை உள்ளிட்ட முழுமையான அதிகாரங்கள் வழங்கப்பட்டு ஓரளவுக்காவது அதிகாரங்கள் பரவலாக்கப்படுவதுமே இன முரண்களைக் களைவதற்கான சரியான தொடக்கமாக இருக்க முடியும்.

மாறாக இலங்கை அரசு வடக்குக் கிழக்கில் காணி பிடிப்பதாலும், போராட்டங்களில் ஈடுபடும் மக்கள் மீது கழிவு எண்ணெய்யை ஊற்றுவதாலும், வெள்ளை வேன் கடத்தலாலும், கட்டாயக் குடியேற்றங்களால் இனச் சனத்தொகை விகிதாசாரங்களை மாற்றியமைப்பதன் மூலமும் இனப் பிரச்சினையை முடித்துவிடலாம் என நினைக்கிறது. இதுதான் இலங்கைத் தீவின் நிரந்தரப் பேரவலம்.

- அண்மையக் காலங்களில் தமிழகத்திற்குச் செல்லும் இலங்கை யாத்திரிகர்கள் மீது நடத்தப்படும் தாக்குதல்களின் பின்னணியில் தொழிற்படும் காரணங்கள் எவையாயிருக்கும் எனக் கருதுகிறீர்கள்?

ஈழத் தமிழர்கள் மீது உள்ள அக்கறையால் தான் இத்தகைய எத்தனிப்புகளோ, வன்முறைகளோ நிகழ்கின்றன என்பதை நான் முற்றாக நிராகரிக்கின்றேன். ஈழத் தமிழர்கள் மீது இந்த வன்முறையாளர்கள் உண்மையிலேயே அக்கறை கொண்டவர்களாக இருந்திருப்பின், வன்னியில் மக்கள் புலிகளால் பணயக் கைதிகளாகப் பிடித்து வைக்கப்பட்டிருந்த போதும், தப்பியோடிய மக்களைப் புலிகள் சுட்டுக்கொன்ற போதும் இந்த வன்முறையாளர்கள் புலிகளுக்கு எதிராகக் குரல் கொடுத்திருப்பார்கள். மாறாக, இந்த வன்முறையாளர்கள் இன்றுவரை புலிகளின் புகழ் பாடிக்கொண்டிருக்கிறார்கள். இந்த வன்முறையாளர்களிடம் இருப்பது வெறும் புலியாபிமானம் மட்டுமே. அதை ஈழத் தமிழர்கள் மீதான அக்கறையாக விளங்கிக்கொள்ளத் தேவையில்லை.

தமிழகத்திலுள்ள இத்தகைய வன்முறைக் குழுக்களுக்கு ஈழத்து அரசியலின் வரலாறோ, உள்ளார்ந்த பிரச்சினைப்பாடுகளோ தெரிவதில்லை. தமிழர்களுக்கும் சிங்களவர்களுக்குமான அடையாள வேறுபாடு கூட அவர்களுக்குத் தெரியவில்லை.

இந்தக் குழுக்களுடைய அரசியல் பண்பு என்னவென்பதை அறிவதற்கு, தமிழக அரசியலிலும் தமிழக மக்களுடைய அடிப்படைப் பிரச்சினைகளிலும் இவர்கள் என்னவிதமான நிலைப்பாடுகளை எடுக்கிறார்கள் என்பதைக் கூர்ந்து கவனித்தாலே தெரியும். அப்பட்டமான வலதுசாரிகளாகவும், கலாசார அடிப்படைவாதிகளாகவுமே இவர்கள் அங்கு இயங்குகிறார்கள்.

யுத்த தூஷணம் | 19

இந்த வன்முறைகள் குறித்துத் தமிழகத்தின் சொற்ப மனிதவுரிமையாளர்கள் கவனமெடுத்திருப்பதும், கண்டன அறிக்கைகள் வெளியிட்டிருப்பதும் நம்மைச் சற்று நிம்மதியடைய வைத்தாலும், இந்த வன்முறையை ஆதரித்துப் பலர் எழுதுவதும், பெரும்பாலானோர் மவுனம் சாதிப்பதும் அச்சத்தையூட்டுகிறது.

■ *செய்திகளே வரலாறாகின்றன, வரலாறுகளே இலக்கியப் புனைவுகளுக்கு ஆதாரமாகின்றன என்பதனால்தான் இந்தக் கேள்வியைத் தங்களிடம் கேட்கின்றேன். போர்க்கால இலக்கியங்கள் எவ்வாறு அமைய வேண்டும்?*

எந்தவகை இலக்கியமெனினும் அது நடுவு நிலையோடு இருக்க வேண்டும். அரசியலில் நடுவு நிலைமை என்பது எந்தப் பக்கமும் சாராது இருத்தலல்ல. எந்தச் சந்தர்ப்பத்திலும் உண்மையை மறைக்காது பேசுதலே அரசியல் நடுவு நிலைமை.

செய்திகளே வரலாறாகின்றன, வரலாறே இலக்கியப் புனைவுகளுக்கு ஆதாரங்களாகின்றன என்ற உங்களது ‘பொயின்டை’ நான் விளங்கிக்கொள்கின்றேன். செய்திகளாகயிருந்தாலும், வரலாறாகயிருந்தாலும் அவை அவற்றைக் கட்டமைப்பவரின் பார்வைக் கோணத்திலிருந்தே கட்டமைக்கப்படுகின்றன. ஆகவே, ஒன்றுக்கு மேற்பட்ட வெவ்வேறு வரலாறுகள் சாத்தியமே.

எடுத்துக்காட்டாக, ஒரு வரலாற்று நிகழ்வுக்கு மூன்று விதமான வரலாறுகள் வெவ்வேறு பார்வைக் கோணம் கொண்ட மூன்று தரப்புகளால் கட்டமைக்கப்படுகின்றன என வைத்துக்கொள்வோம். ஓர் இலக்கியவாதிக்கு இந்த மூன்று வரலாற்றுக் கோணங்களுமே முக்கியமானவை. இந்த வரலாறுகளின் அடிப்படையில் இலக்கியவாதியால் இன்னொரு வரலாறைக் கட்டமைக்க முடியும். அது நான்காவது வரலாற்றுக் கோணம். இலக்கியவாதியின் தரப்பு அது. எழுதப்பட்ட அல்லது சொல்லப்பட்ட வரலாறை அப்படியே பிரதியெடுப்பதல்ல இலக்கியம். வரலாறின் நுண் அலகுகளுக்குள் ஊடுருவி வரலாறை மறு ஆக்கம் செய்வதே படைப்பிலக்கியம். இலக்கியத்தை உபவரலாறு என்பார்கள்.

■ *நீங்கள் சிறுகதை, நாவல், பத்தி எழுத்துகள், விமர்சனங்கள் எழுதி வருபவர். ‘செங்கடல்’ என்ற திரைப்படத்தில் தங்களது*

ஈடுபாட்டினையடுத்து தங்களுக்குத் திரைப்படத்துறையிலும் ஈடுபாடு இருப்பதை அறிகின்றோம். இது குறித்து சொல்லுங்கள்...

சினிமாவுக்கும் இலக்கியவாதிகளுக்குமான தொடர்பு புதுமைப்பித்தன் காலத்திலிருந்து இன்றைய எஸ். ராமகிருஷ்ணன் வரைக்கும் இருக்கிறது. இலக்கியவாதிகள் சினிமாவில் பங்கெடுப்பது மூலம் தமிழ் சினிமா ஒருபடி தன்னும் முன்னேற வேண்டும். ஆனால், சினிமாவுக்குள் நுழையும் இலக்கியவாதிகளும் வணிக சினிமா எனும் சகதிக்குள் மூழ்கிவிடுவதே இங்கே நடக்கிறது. முப்பது வருடங்களாக இலக்கியம் எழுதிவரும் சாரு நிவேதிதா ஒரு மகா கேவலமான திரைப்படத்தில் கண்ணிமைக்கும் நேரமே தோன்றி குத்துப் பாட்டுக்குப் புட்டத்தை நெளிக்கும் அவலம்தான் இங்கே நடக்கிறது. உலகச் சினிமாவைக் கரைத்துக் குடித்ததாகச் சொல்லும் ஓர் எழுத்தாளன் இவ்வாறா சீரழிய வேண்டும். எனக்கு அவ்வாறான ஆர்வங்கள் ஏதுமில்லை. தமிழ் சினிமா இன்டஸ்ரி என்பது வெறும் சந்தை. சந்தை விதிகளே அங்கே செல்லுபடியாகும்.

'செங்கடல்' திரைப்படம் சந்தைப்படுத்தும் நோக்கத்தை முதன்மைப்படுத்தாமல் தயாரிக்கப்பட்ட திரைப்படம். வணிக நிறுவனங்களின் கட்டுகளுக்குள் நிற்காமல் சுயாதீனமாக உருவாக்கப்பட்ட சினிமா. அந்தத் திரைப்படத்தின் கதை நேரடியாக அரசியலைப் பேசும் கதை. இராமேஸ்வரத்திலிருக்கும் ஈழத்து அகதிகளைக் குறித்தும், இலங்கைக் கடற்படையால் கொல்லப்பட்ட தமிழக மீனவர்களைக் குறித்தும் அந்தப் படம் பேசியது. வணிக மதிப்புள்ள அல்லது தொழில்முறை நடிகர்களைக் கொண்டல்லாமல், அகதிகளையும் மீனவர்களையும் நடிக்க வைத்து உருவாக்கப்பட்ட மக்கள் பங்கேற்புச் சினிமா 'செங்கடல்'. அதனால் தான் அத்திரைப்பட உருவாக்கத்தில் நான் பங்கெடுத்தேன்.

■ *உங்களது 'அல்லைப்பிட்டி' கிராமம் பற்றி சொல்லுங்கள்? எப்போது தாயகம் திரும்புவீர்கள்?*

எனது கிராமம் யாழ் நகரத்திலிருந்து நான்கு கிலோமீற்றர்கள் தொலைவிலிருக்கிறது. மிகவும் பின்தங்கிய தீவகக் கிராமம்.

யுத்தத்தால் அல்லைப்பிட்டிக் கிராமம் மிகக் கடுமையாகப் பாதிக்கப்பட்டது. மூன்று மிகப்பெரிய கூட்டுப் படுகொலைகளை எனது கிராமத்தில் இராணுவம் செய்திருக்கிறது. இப்பொழுதும் எனது கிராமம் இராணுவத்தின் கைகளிலேயே இருக்கிறது.

தாயகம் திரும்ப வேண்டும் என்ற ஆசை மனதிற்குள் கனன்று கொண்டேயிருக்கிறது. எனினும் சிங்கள ஊடகவியலாளர்களே மகிந்த ராஜபக்ச அரசுக்கு அஞ்சி வெளிநாடுகளுக்குத் தப்பி ஓடி வருகையில், நான் அங்கு செல்வது எவ்வளவு சாத்தியம் என்ற கேள்வி எனக்குள் இருக்கின்றது. ஏனெனில் ஒரு சுற்றுலாப் பயணியாகவோ அல்லது வாய் பேசாப் பிராணியாகவோ இலங்கைக்கு வர எனக்கு விருப்பமில்லை. நான் அகதியாக அய்ரோப்பாவுக்கு வருவதற்கு என்ன காரணங்களிருந்தனவோ அதே காரணங்கள் இப்போதும் நீடிக்கின்றன.

அரசின் இத்தனை ஒடுக்குமுறைகளுக்குள்ளும், கண்காணிப்புகளுக்குள்ளும் இருந்துகொண்டு எந்த அரசியல் பின்பலமோ, அமைப்புப் பலமோ இல்லாமல் உண்மைகளை எழுதிவரும் தோழர்களை நான் மரியாதையுடன் வணங்குகிறேன். அவர்களை நான் தாயகத்தில் சந்திக்க வாய்ப்பிருப்பதைக் காட்டிலும், அவர்கள் என்னை அய்ரோப்பாவில் சந்திப்பதற்கே அதிக வாய்ப்புகள் உள்ளதாக நான் கருதுகிறேன்.

- *உங்களது கருத்துகளுக்கு எதிர்வினையாற்றுபவர்களுக்கும், தங்கள் மீது பொய் அவதூறு கற்பிப்பவர்களுக்கும் பதிலடி கொடுப்பதற்காக அதிக நேரம் செலவிடுவதாகவும், அதற்காக உழைப்பதாகவும் வரும் விமர்சனங்களைப் பற்றி என்ன சொல்கிறீர்கள்?*

அத்தகைய விமர்சனங்களும், இத்தகைய கேள்விகளும் எப்போதும் என் மீது வைக்கப்படுகின்றன. நானும் ஒரே பதிலையே திரும்பத் திரும்பச் சொல்லி வருகிறேன். என் மீது வீசப்படும் குற்றச்சாட்டுகளும், அவதூறுகளும் ஷோபாசக்தி என்ற தனிநபர் மீது வைக்கப்படுவதில்லை. அந்த அவதூறுகள் மூலமாக எனது அரசியல் நிலைப்பாடுகளையும் விமர்சனங்களையும் தாக்குவதும், திரிப்பதுமே அவதூறாளர்களது குறியாகவிருக்கிறது. அதை என்னால் அமைதியாக அனுமதிக்க முடியாது தானே.

■ *உங்களது சில கருத்துக்களிலிருந்து நீங்கள் ஒரு ட்ரொட்ஸ்கிய வாதியாகவும் இனம் காணப்படுகிறீர்கள். ட்ரொட்க்ஸி குறித்துப் பல வாதப்பிரதிவாதங்கள் அரசியல் சிந்தனையாளர்களிடமிருக்கின்றன. உங்களில் ட்ரொட்ஸ்கியின் சிந்தனைகள் எத்தகைய தாக்கத்தை உருவாக்கின? அவரை நீங்கள் கீர்த்திமிக்கவராகக் கணிப்பதற்கு?*

பொதுவுடைமை இயக்க வரலாற்றில் கார்ல் மார்க்ஸுக்கு அடுத்ததாக, கலை - இலக்கியத்தின் மீது அக்கறை செலுத்திய மிகப்பெரும் ஆளுமை ட்ரொட்ஸ்கியே. இலக்கியம் குறித்த அவரது சுதந்திரக் கோட்பாடுகள் எனக்கு இன்றும் வழிகாட்டுவன.

பொதுவுடைமைத் தத்துவத்தைப் பொறுத்தவரை, ட்ரொட்ஸ்கியின் 'நிரந்தரப் புரட்சி' குறித்த கோட்பாடு மிக முக்கியமானது. இந்தளவுக்குத்தான் இப்போது ட்ரொட்ஸ்கியத்தின் மீது எனக்கு ஈடுபாடுண்டு. ட்ரொட்ஸ்கியின் எழுத்துகளையும் கடந்து வந்துதான் இன்றைய உலகமயமாக்கல் சூழலை அடித்தள மக்கள் எதிர்கொள்ள வேண்டியுள்ளது. குறிப்பாக, எமது சாதியச் சூழலில் அண்ணல் அம்பேத்கரும், பெரியார் ஈ.வெ.ரா.வுமே அடித்தள மக்களின் விடுதலைக்கான முதன்மையான வழிகாட்டிகள் எனக் கருதுகின்றேன். நமது சமூகத்தின் ஒவ்வொரு தனிநபருக்குமான முதன்மையான சமூக அடையாளம் வர்க்க அடையாளம் கிடையாது. அந்த அடையாளம் அவரது சாதியாகவேயிருக்கிறது. எனவே சாதிய விடுதலை சாத்தியமில்லாமல் நமது சமூகத்தில் வேறெந்த விடுதலையும் சாத்தியமாகாது.

⊙

என் அரசியலில் இருந்தே எனது கதைகள் பிறக்கின்றன

◻ இந்து தமிழ், ஜூலை 2015

கடந்த பதினைந்து ஆண்டுகளில், தமிழ் இலக்கியப் பரப்பில் நடந்த முக்கியத்துவம் வாய்ந்த படைப்பு நிகழ்வு ஷோபாசக்தி. ஈழத் தமிழர் போராட்டம் பெற்றெடுத்த குழந்தை என்று ஷோபாசக்தியை நிச்சயமாகக் கூறலாம். இவர் முன்னணிக் கதாபாத்திரம் ஏற்று நடித்த, அகதிகள் படும் துயரத்தைப் பேசும் பிரெஞ்சுத் திரைப்படமான 'தீபன்', கான் திரைப்பட விழாவில் 'தங்கப்பனை' விருதும் பெற்றுள்ளது. சமீபத்தில் சென்னை வந்த அவரிடம் இந்து தமிழ் நாளிதழுக்காக எடுக்கப்பட்ட நேர்காணலின் முழுமையான வடிவம்.

◻ சந்திப்பு: **ஷங்கர்ராமசுப்ரமணியன்**

■ உங்களது புதிய நாவலான 'BOX: கதைப் புத்தகம்' குறித்துச் சொல்லுங்கள்?

முள்ளிவாய்க்காலில் நடந்த பேரழிவுக்குப் பிறகு, வன்னிப் பகுதிக் கிராமம் ஒன்றில் நடக்கும் சம்பவங்கள் மற்றும் யுத்தத்தின் வடுக்கள் குறித்த கதை இது. யுத்தம் எமது மக்களிடையே ஏற்படுத்திய பாதிப்புகள், பேரழிவுகள் எல்லாமும் செய்திகளாக, கட்டுரைகளாகப் பதிவாகியிருக்கின்றன. அதை இலக்கியமாகப் பதிவு செய்திருக்கிறேன்.

■ இந்த நாவலுக்கென்று தனியாகக் கள ஆய்வு செய்தீர்களா?

என்னைப் பொறுத்தவரை கள ஆய்வுக்கான அவசியம் கிடையாது. யுத்தத்தோடும், மக்களோடும், அவர்களுடைய வாழ்வோடும் மனதளவில் எப்போதும் களத்திலேதான் இருக்கிறேன். யுத்தத்திலிருந்து தப்பித்து வந்த மனிதர்களிடம் தொடர்ந்து உரையாடுகிறேன். களப்பணி செய்து எழுதுவது

இலக்கியம் இல்லை. அது மானுடவியல். நான் யுத்தத்தின் விளைவுகளையும், மக்களின் வடுக்களையும் இலக்கியமாகச் சொல்லியிருக்கிறேன்.

■ *எண்ணற்ற உயிரபாயச் சூழல்களைத் தாண்டி இன்று உருவாகியிருக்கும் ஷோபாசக்தியாக அந்த அனுபவங்களை எப்படிப் பார்க்கிறீர்கள்?*

நான் பார்த்தவற்றில் நூறில் ஒரு பகுதியைக் கூட இன்னும் எழுதவில்லை. மற்றவர்களின் கதைகளை எழுதுவதிலேயே எனக்கு ஆர்வம் இருக்கிறது. அதை என்னுடைய கதை போன்று வாசகர்களிடம் தோன்றச் செய்வதற்குச் சில வித்தைகளைச் செய்கிறேன். பதினாறு வயதில் எனது குடும்பத்திலிருந்து பிரிந்து போனேன். அதற்குப் பிறகு குடும்பத்துடன் சேரவேயில்லை. எனக்கென்று குடும்பமும் இதுவரை இல்லை.

நான் மிகச் சிறிய தீவுக்கிராமமான 'அல்லைப்பிட்டி' என்னும் ஊரில் பிறந்தவன். எங்கள் கிராமத்திலிருந்து நான்கு கிலோமீட்டர் தூரம்தான் யாழ்ப்பாண நகரம். பதினாறு வயதில் நான் விடுதலைப் புலிகள் இயக்கத்தில் சேர்ந்தேன். இயக்க வேலைகளுக்காக இலங்கை முழுவதும் பயணம் செய்யத் தொடங்கினேன். ஒவ்வொரு நாளும் ஒவ்வொரு அனுபவம். புதுப்புது தோழர்களைச் சந்தித்தேன்.

இயக்கத்தை விட்டு வெளியேறிய பின்பு, சிறையில் இருந்தபோது சிங்களவர்களுடன் நெருங்கிப் பழகும் சந்தர்ப்பம் ஏற்பட்டது. 1987 வரை தாயகத்தை விட்டு வெளியே போக வேண்டும் என்று நான் நினைத்ததேயில்லை. இந்திய அமைதிப்படை அங்கே வந்து கொடூரமான யுத்தத்தை நிகழ்த்திய வேளையில்தான், அங்கிருந்து சிதறி ஓட வேண்டியிருந்தது.

முதலில் அமைதிப்படையின் கைகளிலிருந்து தப்பிக் கொழும்புக்கு ஓடி வந்தேன். கொழும்பிலிருந்து 'சாய்பான்' என்னும் தீவைத் தேடிப் போனோம். சாய்பானில் வேலை வாங்கித் தருகிறேன் என்று கூப்பிட்டுப் போனார்கள். எங்களைக் கூட்டிப்போன முகவர் ஹாங்காங்கில் விட்டுவிட்டுப் போய்விட்டார். இப்படித்தான் ஆறு மாதங்கள் அங்கே போனது. வேறு வழியில்லாமல் மீண்டும் இலங்கை வந்து பெரும்பாலான நாட்களைக் கொழும்பிலேயே கழித்தேன்.

பயங்கரவாதத் தடுப்புச் சட்டத்தில் என்னைப் பிடித்தார்கள். தினசரி நிறைய தமிழ் இளைஞர்களைப் பிடிப்பதால் சிறையிலும் இடம் இருக்காது. எங்கள் மீது பெரிதாக எந்தக் குற்றங்களும் இல்லை என்பதை வைத்தும், சில சிபாரிசுகளை வைத்துக் கடிதம் கொடுத்தும் நான்கு மாதங்களில் சிறையிலிருந்து விடுதலையானேன்.

சிறையிலிருந்து வந்ததற்குப் பிறகு தாய்லாந்து சென்றுவிட்டேன். அங்கே மூன்றரை ஆண்டுகள் இருந்தேன். எதிர்காலம் என்னவென்றே தெரியாது. விரக்தியில் அப்போதுதான் குடிக்கத் தொடங்கினேன்.

தாய்லாந்தில் தமிழ் புத்தகங்கள் எதுவுமே கிடைக்காது. கொழும்புச் சிறையிலிருந்து விடுதலையாகித் தாய்லாந்துக்குப் போகும்போது, என்னுடன் இரண்டே இரண்டு புத்தகங்களைத்தான் நான் எடுத்துப்போனேன். ஒன்று பைபிள், இன்னொன்று பாரதியார் கவிதைகள்.

■ *பிரான்ஸுக்கு எப்போது சென்றீர்கள்?*

தாய்லாந்தில் போலீஸ் கெடுபிடிகள் அதிகமாகின. ரவுடிகள் பட்டியலிலும் எனது பெயர் இடம்பெறத் தொடங்கிவிட்டது. ஒரு பெரிய துப்பாக்கிச் சண்டைக்குப் பிறகு இருபது பேர் கைது செய்யப்பட்டோம். நான் படுகாயம் அடைந்ததால் மருத்துவமனையில் காவலில் இருந்தேன். ஒரு சிறுநீரகம் சேதமானதால் எடுத்துவிட்டனர். தாய்லாந்திலிருந்து வெளியேறியே ஆக வேண்டும். போலி பிரெஞ்சு பாஸ்போர்ட்டில் 1993 இல் பாரீஸ் நகரம் வந்திறங்கினேன். இதைச் சுருக்கமாகச் சொல்லிவிட்டேன். ஆனால், ஒவ்வொரு நாளும் தடைகள், தொந்தரவுகள், கொண்டாட்டங்கள், துயரங்களாகக் கழிந்தன.

■ *ஒரு கதைசொல்லியாக உங்கள் கருத்துலகு எப்படி உருவானது?*

படித்த காலங்களிலும் சரி, இயக்கத்தில் இருந்த காலங்களிலும் சரி இந்த மாதிரியான வேலைகளில் ஈடுபட்டதுதான் அதிகம். இயக்கத்திற்காக கவிஞர் நிலாந்தன் எழுதிய நாடகத்தில் நடித்திருக்கிறேன். நானும் சொந்தமாக நாடகங்கள் போட்டிருக்கிறேன். கவிதைகளும் எழுதுவேன். தாய்லாந்திலும்

கையெழுத்துப் பத்திரிகை நடத்தினேன். பாரிஸுக்குப் போன பின்பாக ட்ராட்ஸ்கியவாதிகளுடன் தொடர்பு ஏற்பட்டது. ரஷ்ய இலக்கியங்களைப் படிக்கத் தொடங்கினேன்.

நிறப்பிரிகை, தலித் இலக்கியம், பெரியார் எழுத்துகள் எல்லாம் பாரிஸில் எனக்கு அறிமுகமாயின. சாதியம் குறித்து எனது ட்ராட்ஸ்கியவாதத் தோழர்களுடன் பேச ஆரம்பிக்கும்போது முரண்பாடுகள் ஏற்பட்டன. அவர்கள் வர்க்கம், வர்க்கம் என்றே சொல்லிக் கொண்டிருந்தனர். இந்தச் சூழ்நிலையில்தான், பாரிஸிலிருந்து முதல் முறையாகத் தமிழகம் வந்தேன். நேரடியாக, தஞ்சாவூரில் வசித்துவந்த அ. மார்க்ஸின் வீட்டுக் கதவைத் தட்டினேன். அவர் மூலமாக, தமிழகத்தில் சில நண்பர்கள் அறிமுகமானார்கள். இந்தக் காலப்பகுதியில்தான் நான் மிகவும் தீவிரமாக வாசிக்கவும் எழுதவும் ஆரம்பித்தேன். 1997 இல் என்னுடைய முதல் கதையாக நான் கருதும் 'எலிவேட்டை' கதை பிரசுரமானது.

■ உங்களைப் பாதித்த எழுத்தாளர்கள் பற்றி சொல்லுங்கள்?

இங்கு போலவே அங்கேயும் ஜெயகாந்தன் காய்ச்சல் அடித்துப்போட்ட காலம் தான் எங்கள் இளம்வயதுகள். அந்த வயதில் எங்களைக் கவர்ந்த ஒரே எழுத்தாளராக ஜெயகாந்தன் மட்டுமே இருந்தார். பின்னால், என்னை மிகவும் பாதித்த தமிழின் உச்சமான சிறுகதை எழுத்தாளர் கு. அழகிரிசாமி. அவரைத் தமிழ் இலக்கியத்தின் சாதனையாளராகக் கருதுகிறேன். ப. சிங்காரத்தின் 'புயலில் ஒரு தோணி' என்னை மிகவும் பாதித்தது. நான் எழுதவரும்போது, என்னுடைய மானசீக வழிகாட்டிகள் என்று எஸ். பொன்னுத்துரை, சாரு நிவேதிதா, ரமேஷ் - ப்ரேம் ஆகியோரைச் சொல்ல முடியும்.

■ இன்று தமிழில் எழுதும் சிறுகதை மற்றும் நாவலாசிரியருக்கு இருக்கும் சவால்கள் என்னவென்று நினைக்கிறீர்கள்?

என்னைப் பொறுத்தளவில், சமகாலத்தில் உள்ள சமூகப் பிரச்சினைகள் மற்றும் அரசியல் பிரச்சினைகளை இலக்கியம் பிரதிபலிக்க வேண்டும் என்று நினைக்கிறேன். இன்னொரு வகையில் சொல்லப்போனால், என்னுடைய கதைகள் எல்லாமே சற்றுப் பெரிதாக்கப்பட்ட அரசியல் துண்டுப் பிரசுரங்கள் என்றே

சொல்வேன். அரசியல் இல்லாத எந்த எழுத்தையும் எழுத்து என்று சொல்ல மாட்டேன். உதாரணத்துக்கு சாதத் ஹசன் மண்டோவைச் சொல்லலாம். சார்லி சாப்ளினைச் சொல்வேன். அவரது படைப்புகளில் முதலாளித்துவத்துக்கு எதிரான பெரிய அரசியல் இருந்தது. இது எனது சமகால எழுத்தாளர்களிடம் நான் வைக்கும் எதிர்பார்ப்பு. நிபந்தனை அல்ல.

இலங்கை, இந்திய சமூகங்கள் அமெரிக்க, ஐரோப்பியச் சமூகங்களை ஒத்தவை அல்ல. அவர்கள் நவீனத்துவத்தைக் கடந்து பின்நவீனத்துவம் வரை சென்றுவிட்டார்கள். நாம் நவீனத்துவத்துக்கே வராமல் நிலப் பிரபுத்துவத்திலேயே உழன்றுகொண்டிருக்கும் மக்கள் கூட்டம். அவர்களுக்கு அங்கே அடிப்படை அரசியல் பிரச்சினைகள் தீர்க்கப்பட்டிருக்கின்றன. பெண்கள், தொழிலாளர்கள் எல்லோருடைய பிரச்சினைகளும் ஓரளவு சரிசெய்யப்பட்டுள்ளன. அவர்கள் வேறு பிரச்சினைகளின் பின்னணியில் வேறுவிதமாக எழுதுகிறார்கள். அந்த நிலத்துக்கு அவர்கள் எழுதும் எழுத்துகள் சரி. நாம் செய்ய வேண்டிய வேலை வேறு என்பது எனது கருத்து.

■ *பிரான்ஸ் வாழ்க்கை உங்களில் அரசியல் ரீதியாகவும், இலக்கிய ரீதியாகவும் தனிப்பட்ட வகையிலும் என்னவிதமான தாக்கத்தை ஏற்படுத்தியுள்ளது?*

நான் என்னுடைய வாழ்க்கையை அமைத்துக் கொள்வதற்கோ, வேலை தேடியோ பிரான்ஸுக்குச் சென்றவன் அல்ல. நான் சந்தர்ப்ப சூழ்நிலையால் அங்கே போனவன். எனக்குக் குறிப்பிட்ட சந்தர்ப்பத்தில் பிரான்ஸுக்குப் பதில் ஆஸ்திரேலியாவுக்குப் போவதற்கான கள்ள பாஸ்போர்ட் கிடைத்திருந்தால் அங்கே போயிருந்திருப்பேன்.

அதனால் பிரான்ஸ் வாழ்க்கைக்குள் பொருத்திக் கொள்ள வேண்டுமென்றெல்லாம் நான் போராடவேயில்லை. இன்றுவரை எனக்கு பிரெஞ்சு மொழி முழுமையாகப் பேசத் தெரியாது. கடைக்குப் போய் கேட்பதற்குத் தெரியும். பிரான்ஸுக்குச் சென்றாலும் தமிழ் மனதோடும், ஈழத்து நினைவுகளுடனும் பிரான்ஸுக்குள்ளேயே குட்டி ஈழத்தை உருவாக்கிக் கொண்டு

தமிழ்க் கடைகள், தமிழ் உணவு விடுதிகள், தமிழ் சலூன்களில் வாழ்பவர்களில் ஒருவன்தான் நான்.

பிரான்ஸில் பல்வேறு தேசிய இனங்கள் இப்படித்தான் தங்களுக்குள் மூடிக்கொண்டு வாழ்கிறார்கள். பிரான்ஸில் வாழ்க்கை கண்காணிப்புக்குள்ளாக இருந்தாலும், தனிமனித சுதந்திரம் ஒப்பீட்டு ரீதியாக நன்றாக உள்ளது. தனிப்பட்ட வாழ்க்கையில் அரசு பெரிதாகத் தலையிடுவதில்லை. பொருளாதார ரீதியாக அடுத்தவேளை சோற்றுக்குக் கவலைப்பட வேண்டிய அவசியம் இல்லை. இந்தச் சூழல் எழுத்துக்கு முக்கியம் தானே. இதைத் தவிர பிரெஞ்சுக் கலாசாரம் என் மீது எந்தத் தாக்கமும் செலுத்தவில்லை.

■ *2009-க்குப் பின்னர் ஈழத் தமிழர்களின் நிலை என்னவாக இருக்கிறது?*

இலங்கை சுதந்திரமடைவதற்கு முன்பிருந்தே ஈழத் தமிழர்கள் போராடுவதற்கும், இன்றுவரை போராட்டம் தொடர்வதற்கும் முதல் காரணம் சிங்கள பௌத்த இனவாதம்தான். பௌத்த மதபீடம் தான் அங்குள்ள பெரும்பான்மை மக்களிடம் செல்வாக்குச் செலுத்துவதாக உள்ளது. அவர்கள் தமிழர்களைச் சிங்கள மக்களுக்கு எதிரிகளாகக் கட்டமைத்துவிட்டனர். அந்த உளவியல்தான் தமிழர்களை ஒடுக்கச் சொல்கிறது. இன்று விடுதலைப் புலிகள் அழிந்துபோய் விட்டபிறகு, பிரச்சினைகள் தணிந்துபோனது போலத் தெரிகிறது. ஆனால், இந்தச் சூழல் மாறலாம். சிங்கள இனவாதம் இருந்துகொண்டு தான் இருக்கிறது. அது இருக்கும் வரைக்கும், ஈழத் தமிழர்களின் போராட்டங்களும் இருந்துகொண்டே தான் இருக்கும்.

■ *1990-களின் இறுதி முதல் தற்போது வரை தொடர்ந்து தமிழகம் வந்துபோய்க் கொண்டிருப்பவர் நீங்கள். இங்குள்ள அரசியல் மற்றும் வாழ்க்கை நிலைமைகளை எப்படிப் பார்க்கிறீர்கள்?*

முதல் சில ஆண்டுகளில் தமிழக, இந்தியச் சூழலைப் பற்றித் தெரிந்துகொள்வதற்கு எனக்கு வாய்ப்புகள் அதிகம் இல்லை. கடந்த ஆறேழு ஆண்டுகளில், இந்தியாவின் அடையாளமாகக் கருதப்படும் சகிப்புத் தன்மையில் பெரிய பாதிப்பு ஏற்பட்டுள்ளது. நாராயணகுரு, வைகுண்டசாமி, பெரியார், வள்ளலார், அம்பேத்கர், காந்தியார் போன்ற சமூக சீர்திருத்தவாதிகள், ஞானியர்

இந்திய மண்ணில் ஆண்டுக்கணக்காகப் பேசிய விஷயங்கள் இங்குள்ள மக்களின் நனவிலியில் இருந்துகொண்டிருப்பவை. அதனால்தான் இங்கே சகிப்புத்தன்மை அதிகம் என்று நான் நினைப்பேன். பெரும் பெரும் அரசியல் எதிரிகள் ஒன்றாக மேடையில் பேசிய நாடு இது. அந்த சகிப்புத்தன்மை தற்போது குறைந்திருக்கிறது. எழுத்தாளர்கள், அரசியல்வாதிகள் மற்றும் கல்வியாளர்கள் வட்டத்திலேயே கருத்து வெளிப்பாடு தொடர்பான சகிப்புத்தன்மை குறைந்துவருகிறது. ஒரு புத்தகம் போடப் பயப்படும் சூழல் உள்ளது.

■ *வெகுஜன கலாசாரத்திலும் திளைத்த உணர்வில் உங்கள் கட்டுரைகளும் கதைகளும் மண்ணில் வேர்கொண்டவை. இதற்கான அடிப்படை உங்கள் வரையில் என்னவென்று கருதுகிறீர்கள்?*

அண்மையில், ஆங்கிலப் பத்திரிகை நேர்காணல் ஒன்றில் எனக்குப் பிடித்த நடிகர் யார் என்று கேட்டனர். நான் எம்.ஜி.ஆர் என்று சொன்னேன். எனது சமீபத்தியச் சிறுகதைத் தொகுப்பைக் கலைஞர் கருணாநிதியின் தமிழுக்குத்தான் சமர்ப்பணம் செய்திருக்கிறேன். எனக்குத் தமிழ் சினிமாப் பாடல்கள் ஆயிரம் மனப்பாடம். எல்லாமே மனதில் அழியாமல் இருக்கின்றன. என்னுடைய வாழ்க்கை பல தளங்களைக் கொண்டது. ஒரு கிராமத்துச் சிறுவன், ஒரு கூத்துக் கலைஞன், விடுதலை இயக்கப் போராளி, தீவிர ட்ராட்ஸ்கியவாதி, எழுத்தாளன், 'கான்' திரைப்பட விழாவுக்குப் போன நடிகன் என வாழ்க்கை திடுக்கிடும் திருப்பங்களைக் கொண்டது. அதனால் இந்த வண்ணங்கள் வந்திருக்கலாம்.

■ *உங்களின் அரசியலுக்கும் உங்களது படைப்புக்குமான தொடர்பு என்ன?*

நான் என்னுடைய அரசியல் பார்வையிலிருந்துதான் என்னுடைய கதைகளைக் கண்டடைகிறேன். விடுதலைப் புலிகள் தங்களது படையில் குழந்தைகளைச் சேர்க்கிறார்கள். இது தவறு. இதுதான் எனது கருத்து. அதைவைத்து, நான் 'குண்டு டயானா' என்றொரு கதையை எழுதினேன்.

இந்த யுத்தம் தமிழரை மட்டும் அல்ல, அப்பாவிச் சிங்களவர்களையும் பாதிக்கிறது. 'யுத்தத்தில் முன்னரங்கில்

நிறுத்தப்பட்டிருக்கும் சிங்கள இராணுவ வீரன், இராணுவச் சீருடை போர்த்தப்பட்ட ஏழை விவசாயி' என்ற ஒரு வரியின் மீது எழுதப்பட்ட கதைதான் 'தங்கரேகை'. இதுதான் எனது அரசியலுக்கும் கதைகளுக்குமான தொடர்பு.

◉

எனக்கு யுத்தத்தைத் தெரியும்

◻ ஆக்காட்டி, ஓகஸ்ட் 2015
◻ நேர்கண்டவர்கள்: **நெற்கொழுதாசன் - தர்மு பிரசாத்**

■ விடுதலைப் புலிகளைக் கடுமையாக விமர்சித்து வந்த நீங்கள், 'தீபன்' திரைப்படத்தில் முள்ளிவாய்க்காலிலிருந்து தப்பி வந்த புலிப் போராளியாக நடித்த காட்சிகளில் எவ்விதமான மனநிலையிலிருந்தீர்கள்?

விடுதலைப் புலிகள் மீதான என்னுடைய அரசியல் விமர்சனத்தை நீங்கள் 'புலி எதிர்ப்பு' அல்லது 'வெறுப்பு' என்பதாகக் குறுக்கிக் கொள்ளக் கூடாது. புலிகள் இயக்கத்தில் இருந்தவர்கள் யார்? என்னுடைய தோழர்களும் மாமன், மச்சான்களும் என் ஊரவர்களும் என் சனங்களும் தானே. விடுதலைப் புலிகளின் அரசியல் நிலைப்பாட்டின் மீது எனக்குக் கடுமையான விமர்சனங்கள் உண்டே தவிர, புலிகள் இயக்க உறுப்பினர்கள் எவர் மீதும் எனக்குத் தனிப்பட்ட கோபதாபமோ, வெறுப்போ கிடையாது. புலிகள் இயக்கத்திலிருந்து விலகி, புலிகளின் அரசியலை நிராகரித்த எத்தனையோ முக்கியமான ஆளுமைகளுடன் எனக்கு இப்போதும் நெருங்கிய நட்பும் தோழமையுமுண்டு. அதேபோல, புலிகள் இயக்கத்தில் இல்லாமலிருந்தபோதும், புலிகளின் அரசியலுக்கு வரிந்துகட்டி வக்காலத்து வாங்குபவர்கள் மீது எனக்குக் கசப்புகளுண்டு. இங்கு உறவையும் முரணையும் அவரவர் கொண்ட அரசியல்தான் தீர்மானிக்கிறதே தவிர, அவர்கள் புலிகள் இயக்கத்தில் இருந்தார்களா இல்லையா என்ற வரலாறு என்னளவில் தீர்மானிப்பதில்லை.

இன்னும் சொல்லப் போனால், புலிகள் இயக்கம் அமைப்பு ரீதியாக மட்டுமல்லாமல் கருத்தியல் ரீதியாகவும் முற்றாக அழிந்திருக்கும் இந்த நிலையில் 'புலி எதிர்ப்பு' அரசியல் செய்வதென்பது காற்றில் கத்தியைச் சுழற்றும் வீண்வேலைதான். குறிப்பாக, புலிகள் இயக்கத்தில் இணைந்தோ அல்லது

கட்டாயமாகச் சேர்த்துக்கொள்ளப்பட்டோ களத்தில் நின்ற போராளிகள் வரலாற்றின் கைதிகள்தான். புலிகளின் அரசியலைத் தீர்மானிப்பதில் இந்த அடிமட்டப் போராளிகளுக்கு மட்டுமல்ல, புலிகளின் தளபதிகளுக்கோ அல்லது மூத்த உறுப்பினர்களான வே. பாலகுமாரன் போன்றவர்களுக்கோ எந்தச் செல்வாக்கும் இருந்ததில்லை என்பது நாமறிந்ததே. புலிகளின் மூடுண்ட சர்வாதிகாரத் தலைமை இழைத்த அரசியல் தவறுகளை எதிர்த்தோம் என்பது வேறு. அதே எதிர்ப்பு மனநிலையில் நாங்கள் அதிகாரங்கள் ஏதுமற்றிருந்த போராளிகளையும் அணுகவியலாது. அவ்வாறு அணுகினால் தவறு.

புலிகளைத் தங்களது தனிப்பட்ட நலன்களிலிருந்து ஆதரித்த அறிவுஜீவிகளையும் அரசியலாளர்களையும், இந்தக் களப் போராளிகளையும் ஒரு துல்லியமான கோடு பிரித்தேயிருக்கிறது. இந்தப் போராளிகள் எதையும் இழப்பதற்குத் தயாராகக் களத்தில் இருந்தவர்கள். தங்களது தனிப்பட்ட நலன்களிலிருந்து இயங்காதவர்கள். ஆனால், புலிகளின் அரசியலை வழிபடும் அறிவுஜீவிகள் எதையுமே இழக்கத் தயாரற்றவர்கள். அதிகாரமற்ற போராளிகளின் அர்ப்பணிப்பான போராட்டம் கொடுத்த வெளிச்சத்தில் தங்களது முகத்தை ஒளிரச் செய்ய முயல்பவர்கள். அந்தப் போராளிகளின் துயரக் குரல்களை ‘டப்மாஷ்’ செய்து அரங்குகளில் வாயசைப்பவர்கள். அப்படியான ஓர் ‘அறிவுஜீவி’யின் பாத்திரத்தைத் திரைப்படத்தில் ஏற்க நேர்ந்திருப்பின், ஒருவேளை என் மனம் சற்றே கூசித்தான் போயிருக்கும். தனது குடும்பத்தையே போரில் இழந்த ஒரு போராளியின் பாத்திரத்தைத்தான் நான் ‘தீபன்’ படத்தில் ஏற்றிருக்கிறேன். வரலாற்றின் கைதியின் துயரப் பாத்திரம்.

நடித்தபோது என்ன மனநிலையிருந்தேன் என்றால், இயக்குநர் சொல்வதைச் சரிவரச் செய்ய வேண்டும் என்ற மனநிலை மட்டுமே என்னோடிருந்தது. கதை எழுதும்போதோ அல்லது நடிக்கும் போதோ நாங்கள் பாத்திரங்களின் மனநிலைக்குள் ஒன்றிப் போய்விடக்கூடாது என்றே நான் நம்புகிறேன். நாங்கள் பாத்திரங்களின் கட்டுப்பாட்டுக்குள் இருக்கக்கூடாது. பாத்திரங்கள்தான் எங்களது கட்டுப்பாட்டுக்குள் இருக்க வேண்டும் என்றே நினைக்கிறேன்.

- அகதி என்ற பாத்திரத்தினை மீறி, அகதியான விடுதலைப் புலி உறுப்பினர் என்ற நோக்கில் உங்கள் பாத்திரம் உருவாக்கப்பட்டதன் பின்னணியை எவ்வாறு உணர்கிறீர்கள்?

திரைப்படத்தின் மையக் கதை அத்தகையது. முள்ளிவாய்க்கால் வரை நின்று போரிட்டு வந்த தீபன் என்ற போராளி புலம் பெயர்ந்து, புதிய சமூக வாழ்வுக்குள் தன்னை நிலைநிறுத்திக்கொள்ள நடத்தும் போராட்டமே படத்தின் மையம். வன்முறைக்குள் வாழ்ந்தவன், ஆயுதம் அற்றவனாக, புதிய குடிமைச் சமூகத்தை எதிர்கொள்ளும்போது என்ன நடக்கிறது என்பதும், புதிய சூழலுக்குள் அவனுக்கு ஏற்படும் உறவுகளுடனான அவனது அணுக்கமும் விலக்கமுமான மனப் போராட்டமுமே திரைக்கதை.

இந்தக் கதையை ஈழத்திற்குள் குறுக்கிப் பார்க்கவும் தேவையில்லை. குர்திஷ்தான், ஆப்கானிஸ்தான், ஆபிரிக்கா, இலத்தீன் அமெரிக்கா என எந்த நிலத்திலிருந்தும் யுத்தத்தால் புலம் பெயர்ந்து அய்ரோப்பாவுக்கு வரும் எந்தவொரு அகதிக் குழுவுடனும் இந்தப் படத்தைப் பொருத்திப் பார்க்கலாம். இந்தப் படம் ஈழப் போர் குறித்த ஆவணச் சித்திரமல்ல. யுத்தம் பிரசவித்த குழந்தைகளைப் பற்றியும் அவர்களது உளவியலைக் குறித்தும் பேசும் திரைப்படமே தீபன்.

- இயக்குனருக்காகப் புலிப் போராளியாகப் பாத்திரமேற்றது. உங்களது பதின்ம வயதினை நினைவுக்குக் கொண்டு வந்ததா?

நான் என்ன புதிதாகவா புலிப் போராளிப் பாத்திரத்தை ஏற்கிறேன்! என்னுடைய நாவல்களிலும், பல கதைகளிலும் அந்தப் பாத்திரத்தை நான் தொடர்ச்சியாக ஏற்று எழுதிக் கொண்டுதானேயிருக்கிறேன். பல புதிய புலிப் போராளிப் பாத்திரங்களையும் உருவாக்கிக் கதைவழியே உங்களிடம் தந்துள்ளேன். பதின்ம வயதுகளின் ஞாபகம் இப்படத்தில் நடிக்கும்போதென்றல்ல, அது எப்போதுமே என்னுடனிருக்கிறது. அந்த ஞாபகம் காலப்போக்கில் என்னிலிருந்து அழிந்துவிடக் கூடாது என்றுகூட விரும்புகின்றேன். பதின்ம வயதில் 'சோசலிஸ தமிழீழத்தை' நோக்கி முன்வைத்த காலடிகள் எவ்வளவு அரசியல் குறைபாடுடையதாக இருந்திருப்பினும்,

அந்தக் காலடிகள் இதயசுத்தியானவை. மக்களுக்காகாகவும் நான் நம்பிய கொள்கைக்காகவும் உயிரையும் கொடுக்கத் தயாராகயிருந்த வெள்ளந்தி மனநிலையது. அப்படியானதொரு வெள்ளந்தி மனநிலை இனி எனக்கு வாய்க்காது. எனவே அந்த வெள்ளந்தி மனநிலையின் தடயங்களைப் பெருமையுடன் எனக்குள் பொத்திப் பாதுகாக்கவே விரும்புகின்றேன்.

■ *இனவாதம் குறித்துக் கடுமையாக விமர்சித்தும், எதிர்த்தும் வந்திருக்கிறீர்கள். இத்திரைப்படம் ஒரு இனவாதப் படமாகவும் பார்க்கப்படவேண்டியது என வரும் விமர்சனங்களை எப்படிப் பார்க்கிறீர்கள்?*

அந்த விமர்சனத்தை நான் ஏற்றுக்கொள்ள மாட்டேன். அவ்வாறு சொல்பவர்களோ, இந்தக் கேள்வியைக் கேட்கும் நீங்களோ படம் பார்த்துவிட்டீர்களா என்ன? பிறகேன் இந்த ஆர்வக் கோளாறுக் கேள்வி? நூறு நல்ல நெல்மணிகள் இருப்பின் அதற்குள் ஒரு சப்பியும் வரத்தானே செய்யும். தந்தை பெரியாரைக் கூடச் சாதியுணர்வாளரென்றும், வந்தேறிக் கன்னடரென்றும் பழிக்கும் ஒரு கூட்டம் இருக்கத்தானே செய்கிறது. எனவே இத்தகைய வதந்தி விமர்சனங்களை வைத்துக் கேள்வி கேட்காமல், ஓகஸ்ட் 26 ஆம் தேதி படம் பார்த்துவிட்டு இந்தக் கேள்வியை அடுத்த 'ஆக்காட்டி' இதழில் கேளுங்கள். அப்போது பதில் சொல்கின்றேன்.

■ *தீபன் திரைப்படத்தில் நீங்கள் நடித்திருப்பதாலேயே, அதை முற்று முழுதான ஷோபாசக்தியின் படமாக நினைத்து எதிர்நிலையில் நின்று நோக்குவது குறித்து?*

இது எனக்கான கேள்வியல்லவே. அவ்வாறு எதிர்நிலையில் நின்று நோக்குபவர்களிடம் கேட்கப்பட வேண்டிய கேள்வி இது.

■ *தீபன் திரையிடல் நிகழ்ந்த நாளில், நேர்காணலில் பத்திரிகையாளர்களுக்கு பிரான்ஸ் தேசம் குறித்து உங்களுக்கு மூன்று பார்வைகள் இருப்பதாகச் சொன்னீர்கள். எல்லாம் ஷோபாசக்தி என்ற தனிமனிதனின் பார்வைதானா அல்லது அகதிகளின் பிரதிநிதியாக அவ்வாறு சொன்னீர்களா?*

என்னுடைய தனிப்பட்ட கருத்துகள்தானவை. அதேவேளையில் நான் அகதியாகவுமிருப்பதால் ஓர் அகதியின் வாக்குமூலம் எனவும் அதை நீங்கள் கொள்ளலாம். அந்த நேர்காணலில் 'பிரான்ஸ் குறித்த உங்களது கருத்தென்ன?' எனக் கேட்டதற்கு நான் பதிலளிக்கும்போது 'பிரான்ஸ் குறித்து என்னிடம் தட்டையான ஒரு பார்வை கிடையாது. மார்க்ஸியவாதியாக ஒரு பார்வை, கறுப்பனாக ஒரு பார்வை, அகதியாக ஒரு பார்வை இருக்கின்றது' எனச் சொன்னேன். பிரான்ஸ் அரசாங்கம் உலக ஏகாதிபத்தியச் சங்கிலியின் முக்கியமான கண்ணி. இனவாதமும், நிறவாதமும், இஸ்லாமிய வெறுப்பும் பிரெஞ்சு ஆளும் வர்க்கங்களிடமும், பிரெஞ்சுத் தேசியவாதிகளிடமும் நிறைந்தேயிருக்கின்றன. மரின் லு பென் தலைமை தாங்கும் இனவாதக் கட்சியான 'தேசிய முன்னணி'யின் வேகமான வளர்ச்சி நம்மைப் போன்ற குடியேற்றவாசிகளுக்கும் அகதிகளுக்கும் பெரும் அபாயம். இது ஒருபுறமெனில், பிரான்ஸில் நமக்குக் கிடைக்கக் கூடிய தனிமனித சுதந்திரமும், கலாசார சகிப்புத்தன்மையும், பிரெஞ்சு மக்களின் இயல்பான கலகத்தன்மையும் நான் பிரான்ஸை விரும்பக் காரணங்களாகின்றன. இதைத்தான் வெவ்வேறு பார்வைகள் என்றேன்.

■ இலக்கியவாதியான நீங்கள் சினிமாவில் உங்களது திறமைகளைச் செலவழிப்பது, தீவிர இலக்கியத்திலிருந்து விலகிச்செல்ல செய்யாதா?

செய்யாது! இறைக்கிற கிணறுதான் சுரக்கும். இலக்கியம், சினிமா, இசை, நாடகம் இவையெல்லாம் ஒன்றுக்கொன்று மிக நெருங்கிய தொடர்புள்ள கலைகள். இந்தக் கலைகளின் சங்கமம் தானே சினிமா. எனது இலக்கியப் பரிச்சயம் நான் பங்கெடுக்கும் சினிமாவுக்கும், எனது சினிமாப் பரிச்சயம் நான் எழுதும் இலக்கியத்திற்கும் உறுதுணைகளாகவே அமையும்.

தவிரவும் நான் சினிமாவில் பங்கெடுப்பது என்பது எப்போதாவது ஒருமுறைதான் நிகழும் செயல். இலக்கிய வாசிப்பும் எழுத்தும் இல்லாமல் எனக்கு ஒரு நாளில்லை.

■ நாவல்கள், சிறுகதைகள், கட்டுரைகள் எனப் பல வருடங்களாகத் தொடர்ச்சியாகச் செயற்பட்ட உங்களை ஒரு பிரெஞ்சுச் சினிமாவும்

அதற்கான விருதும் வெகுசனங்களிடம் கொண்டு சென்றதாக உணர்கிறீர்களா?

தீவிர இலக்கியத்தினதும், சினிமாவினதும் நுகர்வுப் பரப்புகள் பண்பிலும் அளவிலும் வெவ்வேறானவை. அதேபோன்று அவை வெகுசனங்களை எட்டும் வீச்சும் வேறுவேறானவைதானே.

குறிப்பாக, புலம் பெயர்ந்த தமிழர்களைக் கவனியுங்கள். இலக்கியம் எழுதுபவர்களைத் தவிர வேறு யாருமே இலக்கியம் படிப்பதில்லை என்றுதான் தோன்றுகின்றது. அப்படி யாராவது இருப்பின் அவர்கள் மிக மிகச் சிலரே. முன்னர், தீவிர இலக்கியத்தைப் படிக்காவிட்டாலும் சாண்டில்யன், பாலகுமாரன், சுஜாதா என வாசிக்கும் போக்குப் பரவலாக இருந்தது. இப்போது அதுவும் அருகிவிட்டது. வணிக எழுத்துகளைக் கூட வாசிக்காத ஒரு நிலைதான் இங்கிருக்கிறது. இதற்குள் தீவிர இலக்கிய எழுத்தாளன் சில நூறு பேரைச் சென்றடைவதே போராட்டம்தான்.

- ஸ்ரீலங்கா அரசாங்கம் இத்திரைப்படத்தை முன்னிட்டு என்ன நோக்கத்தில் குறிப்பொன்றை வாழ்த்துவதாக வெளியிட்டிருக்க முடியும்? தீபன் செய்யும் விமர்சனம் அவர்களை முன் வைத்ததாகவில்லை என்ற தப்பித்தலாக இருக்குமென நினைக்கிறீர்களா?

தீபன் 'கான்' திரைப்பட விழாவில் திரையிடப்பட்டதைத் தொடர்ந்து, அங்கு குவிந்திருந்த சர்வதேச ஊடகங்களில் 'தீபன்' படத்தை முன்வைத்து, இலங்கையில் நடந்த யுத்தம் குறித்தும் இலங்கை அரசின் இனப்படுகொலை குறித்தும் பேசப்படும் சூழ்நிலை உருவாகியிருந்தது. குறிப்பாக, என்னிடம் ஊடகங்கள் இலங்கையைப் பற்றியே கேட்டுக்கொண்டிருந்தன. 'பல்ம்தோர்' விருது கிடைத்ததைத் தொடர்ந்து, சர்வதேச ஊடகங்கள் தீபன் படத்தைக் குறித்து எழுதும்போதும் சொல்லும்போதும், இலங்கையில் நடந்த யுத்தத்தையும் அதனால் அகதிகளான மக்களையும் குறித்துச் சொல்லிக்கொண்டிருந்தன. இந்த ஊடக வெளிச்சத்திற்கான எதிர்வினைதான் இலங்கை அமைச்சர் ராஜித சேனாரத்ன 'ஏ.எஃப்.பி' செய்தி நிறுவனத்திற்குச் சொன்ன அந்த வார்த்தைகள்.

‘இலங்கையில் புனர்வாழ்வுத் திட்டங்கள் துரிதமாக முன்னெடுக்கப்பட்டுவரும் இந்நிலையில், இலங்கையில் நடந்த யுத்தம் குறித்து சர்வதேச மட்டங்களில் தீபன் படம் மூலம் ஒரு கவனம் ஏற்படுவது நல்லது’ என்று ராஜித சேனாரத்ன சொல்லியிருந்தார். தீபன் படத்தில் சொல்லப்பட்ட கதை பழையது என்றும், இப்போதிருக்கும் புதிய அரசாங்கத்தில் பல முன்னேற்றகரமான மாற்றங்கள் நிகழ்கின்றன என்றும் குறிப்பிட்ட அமைச்சர் ஒன்றைக் குறிப்பிட மறந்துவிட்டார். பழைய அரசாங்கத்திலும், அதாவது யுத்தத்தை நடத்திய மகிந்த அரசாங்கத்திலும் இதே ராஜித சேனாரத்ன அமைச்சராகவே இருந்தார். புதிய அரசின் தலைவர் மைத்ரிபால சிறிசேனாவும் முந்தைய அரசில் மிக முக்கியமான அமைச்சராக இருந்தவர்தான். எவ்வளவு சுலபமாகப் பொறுப்புகளைத் துறந்துவிடுகிறார்கள் பாருங்கள்!

பழைய அரசாங்கத்திற்கும், புதிய அரசாங்கத்திற்குமிடையே வித்தியாசங்கள் உள்ளன என்பது உண்மைதான். இந்த வித்தியாசங்களை அரசியல் வெற்றியாக்குவது என்பது சிறுபான்மை இனங்களது அரசியற் தலைமைகளின் கைகளிலேயே உள்ளன. சிங்கள இனவாத அரசியல் களத்தைவிட்டுப் புதிய அரசு தானாக நகர்ந்து வராது.

- *தீபன் படத்தில் நடிப்பு தவிர்ந்த உங்கள் பங்களிப்பு என்ன?*

பிரெஞ்சில் எழுதப்பட்டிருந்த உரையாடல்களை ஈழத் தமிழ் வழக்குக்கு மாற்றியதில் எனக்குப் பங்கிருக்கிறது. படத்தின் கதை ஈழத்து மனிதர்களையும், இலங்கையில் நடந்த யுத்தத்தையும் குறித்துப் பேசுவதால் சில தகவல்களை வழங்கியது என்ற அளவிலும் பங்குண்டு.

- *தீபன் படத்தில் நடிப்பதால் கிடைக்கும் ஊடக வெளிச்சம், பொருளாதார நலன் என்பதையும் தாண்டி அப்படத்தில் உங்களை நடிக்கத் தூண்டிய காரணி எது?*

திரைப்படக் கலை மீதுள்ள ஆர்வமே அடிப்படையான காரணி. அநேகமான தமிழர்களைப் போலவே நானும் சினிமாப் பைத்தியம்தான். சம்பளம் தராவிட்டால் கூட நடிக்கத்தான் செய்திருப்பேன். நானும் கூட திரைப்பட ஸ்கிரிப்டுகள்

எழுதுகிறேனல்லவா. தீபன் படத்தில் பணியாற்றியது மூலம் திரைப்பட ஸ்கிரிப்ட் எழுதும் கலையையும் ஓரளவு பயின்றிருக்கிறேன் எனச் சொல்லலாம்.

- *உங்களைக் குறித்து சமூக வலைத் தளங்களிலும் இணையத்திலும் முன் வைக்கப்படும் விமர்சன/ அவதூறுக் கட்டுரைகளை எப்படிப் பார்க்கிறீர்கள்?*

விமர்சனக் கட்டுரைகளைக் கவனமாகப் படிப்பேன். தேவையென நான் கருதும் பட்சத்தில் பதில்களையும் எழுதுவதுண்டு. ஓர் எழுத்தாளனின் வளர்ச்சிக்கு மட்டுமல்ல, அவன் ஓயாமற் செயற்படவும் விமர்சனங்கள் மிக அவசியமாகின்றன. அந்த வகையில் நான் பாக்கியவான். விமர்சனங்கள் என்னை எச்சரிக்கின்றன, நெறிப்படுத்துகின்றன, என்னை மேலும் கடுமையாக உழைக்கக் கோருகின்றன, ஒவ்வொரு சொல்லையும் ஒன்றுக்கு நான்கு தடவைகள் யோசித்து என்னைப் பேச வைக்கின்றன. பேசிய சொற்களுக்குப் பொறுப்புச் சொல்ல நிர்ப்பந்திக்கின்றன.

அவதூறுகள் குறித்தும் கேட்டீர்கள்... வம்பு செய்யவென்றே எழுதும் அவதூறாளர்கள் ஏதாவது சொல்லிக்கொண்டுதான் இருப்பார்கள். அதையும் கடந்துதான் செல்ல வேண்டும். இந்த அவதூறுகளைப் படிக்கும் வாசகர்கள் முட்டாள்களல்ல. அவர்களால் அவதூறுகளை இனம் கண்டு ஒதுக்கிவிட முடியும் என்ற நன்நம்பிக்கைதான் என்னை இவ்வளவு அவதூறுகளுக்கு நடுவிலும் ஓயாமல் இயங்கவைக்கிறது. அவதூறுகளுக்கு உண்மையிலேயே சக்தியிருக்கிறது என்றால், அவற்றை வாசகர்கள் அப்படியே நம்பக்கூடும் என்றால், என் மீது இத்தனை வருடங்களாகச் செய்யப்பட்டுவரும் அவதூறுகள் காரணமாக என்னை நாய் கூடச் சீண்டியிருக்காது. தனிமைப்படுத்தப்பட்டுச் சீரழிந்திருப்பேன். ஆனால், அப்படி எதுவும் நடக்கவில்லைத்தானே. தமிழ்ப் பரப்பு முழுவதும் தீவிர வாசகர்கள் என்னைப் படித்துக்கொண்டே தானிருக்கிறார்கள். எந்தத் தமிழ் இலக்கியப் பத்திரிகையும் என்னை ஒதுக்கி வைத்துவிடவில்லையே. உலகம் முழுதும் நண்பர்களோடு உங்கள் கண்முன்னே தானே நான் நடமாடிக் கொண்டிருக்கிறேன். எத்தனையோ கூட்டங்களில் பேசவும்,

கூட்டங்களில் எழுப்பப்படும் கேள்விகளுக்குப் பதிலளிக்கவும் நான் தயங்குவதில்லையே. இதைத்தான் 'மடியில் கனமில்லாவிட்டால் வழியில் பயமிருக்காது' என நம் மூதாதையர்கள் சொல்லிச் சென்றிருக்கிறார்கள்.

என்னோடு கொண்டுள்ள நட்புக் காரணமாகவும், தோழமை காரணமாகவும் எனது தோழர்களும் என் பொருட்டு அவதூறுக்கு உள்ளாவதுண்டு. அவதூறாளர்களின் இலக்கு அதுதானே. என்னைத் தனிமைப்படுத்த முயல்வதுதானே அவர்களது நோக்கம். அண்மையில் கூட, 'என்னிடம் பணம் பெற்றுக்கொண்டு தமிழகப் பத்திரிகையாளத் தோழர்கள் என் குறித்த செய்திகளையும், நேர்காணல்களையும் பத்திரிகைகளில் வெளியிடுகிறார்கள்' என ஓர் அவதூறு கிளப்பப்பட்டிருப்பதாகச் சொன்னார்கள். என் குறித்து எழுதுவதாலும், எனது நேர்காணல்களை வெளியிடுவதாலும் தமிழகப் பத்திரிகையாள நண்பர்களுக்கு இவ்வாறானதொரு அவப்பழி.

ஆனால், இந்த அவதூறைப் படிக்கும் ஒருவர் சிந்திக்க மாட்டாரா என்ன! என்னைத் தமிழகத்தில் முதன் முதலாக நேர்காணல் செய்து ஆனந்த விகடனில் எழுதியவர் எனது கருத்துகளோடு சிறிதும் உடன்பாடற்ற டி. அருள்எழிலன். அவர் என்ன என்னிடம் பணம் பெற்றுக்கொண்டா இதைச் செய்தார்? அநேகமாக எனது நேர்காணல்களோ, என்னைக் குறித்த செய்திகளோ வெளிவராத தமிழக வார இதழ்கள் எதுவுமில்லை என்றே சொல்லலாம். தவிரவும், தினப் பத்திரிகைகளிலும் சிறுபத்திரிகைகளிலும் எனது நேர்காணல்களோ, என் குறித்த செய்திகளோ தொடர்ச்சியாக வெளியாகிக்கொண்டுதான் இருக்கின்றன. என்னுடைய நூல்களுக்கு மதிப்புரைகள் வெளியாகின்றன. இதையெல்லாம் நான் பணம் கொடுத்துச் செய்விக்கிறேன் என்றால் அதை நம்புமளவுக்கு வாசகர்கள் முட்டாள்களுமல்ல, அப்படி இலஞ்சம் பெற்றுக்கொண்டு எழுதுமளவுக்குப் பத்திரிகையாளர்கள் எல்லோரும் கேவலமானவர்களுமல்ல. இப்போது திரைப்படத்தில் நடித்ததற்குப் பின்னான காலங்களை விடுங்கள். அதற்கு முன்னான காலங்களிலேயே எனது நேர்காணல்கள் மலையாள, சிங்கள இதழ்களிலும் எண்ணற்ற ஆங்கிலப் பத்திரிகைகளிலும் வெளியாகியுள்ளன. அந்தப் பத்திரிகையாளர்களும் என்னிடம் இலஞ்சம் பெற்றுத்தான்

எனது நேர்காணல்களையும் என்னைக் குறித்த கட்டுரைகளையும் வெளியிட்டார்களா? வேர்ல்ட் ருடே லிட்ரேச்சரும், க்ராந்தாவும், வோர்ஸ்கேப்ஸூம் என்னிடம் இலஞ்சம் பெறும் நிலையிலா இருக்கிறார்கள்? ஏன் தமிழகப் பத்திரிகைகள் மட்டும்தானா, ஈழத்தில் நடத்தப்படும் பத்திரிகைகளும், தொலைக்காட்சிகளும், புலம்பெயர் சிற்றிதழ்களும் எனது நேர்காணல்களை வெளியிடத்தானே செய்கின்றன! அவர்களும் இந்த இலஞ்சக் குற்றச்சாட்டுக்கு உள்ளாவார்களா? இதையெல்லாம் ஒரு சீரிய வாசகர் சிந்திக்கமாட்டாரா என்ன!

தொடர்ச்சியாக இருபது வருடங்கள் எழுதியும், பேசியும் வரும் ஓர் எழுத்தாளனை; அரசியல் விமர்சனம், கதை, கட்டுரை, நாடகம், சினிமா, பதிப்பு எனச் செயற்பட்டுக்கொண்டிருப்பவனை, தமிழகப் பத்திரிகைகள் எழுதினால் கரித்துக்கொட்டும் இவர்கள்தான் இன்னொருபுறத்தில் ஈழத்து எழுத்தாளர்களைத் தமிழகம் கண்டுகொள்வதில்லை எனப் பிலாக்கணமும் வைப்பவர்கள்.

உண்மையில் அவதூறு என்பது அவதூறாளனது சுய மோகத்தையும், கோழைத்தனத்தையும், செத்த மூளையையும், எழுத்துச் சோம்பேறித்தனத்தையும் மறைப்பதற்கான உளுத்துப் போன கவசம் மட்டுமே. இந்த அவதூறுகளால் எனது ஒரு ரோமத்தைக்கூட உதிர்த்துவிட முடியாது.

■ *புலம்பெயர் இலக்கியச் சூழல் எப்படியிருக்கிறது?*

நன்றாகத்தான் இருக்கிறது. பலர் வெளிப்படையாகவும், துணிச்சலாகவும் எழுதத் தொடங்கியிருக்கிறார்கள். ஓரளவுக்காவது தேசியவாத மயக்கம் தெளிந்திருக்கிறது. புலிகள் மீதான அச்சம் எழுத்தாளர்களுக்கு இல்லாமல் போயிருக்கிறது. இந்தப் புறநிலைகள் புதிய புதிய எழுத்துகளையும், எழுத்தாளர்களையும் நமக்கு அடையாளம் காட்டித்தரும் என நம்புகின்றேன். சமூக வலைத் தளங்களுக்குள் அருமந்த நேரத்தைப் போக்காமல், தொடர்ச்சியான படைப்பு மனநிலையில் இயங்குவதுதான் இளம் புலம் பெயர் எழுத்தாளர்களுக்கு முன்னிருக்கும் இப்போதைய உடனடிச் சவால்.

■ விடுதலைப் புலிகளின் அரசியல்/ போராட்ட முறைகளை நிராகரித்து வந்தீர்கள்... இப்போது அவர்கள் அரசியல்/ போராட்ட அரங்கிலிருந்து முற்றாக விலக்கப்பட்ட நிலையில் மக்களுக்கான தீர்வாக எதனை முன்வைப்பீர்கள்?

இனி, சனநாயக அரசியல் நெறிதான் எம்முடைய அரசியல் வழி. இனிவரும் இலங்கையின் அரசியல் மாற்றங்கள் நாடாளுமன்றத்தில்தான் தீர்மானிக்கப்படும். சிறுபான்மையினருடைய பாதுகாப்பும், உரிமைகளும் ஆயுதங்களினால் அல்லாமல், அரசியற் சாசனத்தின் வழியேதான் உறுதி செய்யப்பட வேண்டும். சர்வதேசம் எங்களுடைய பிரச்சினையில் தலையிடும், தீர்வுதரும் என்பதெல்லாம் வெறும் கற்பனைகளே. தமிழர்களுக்குள் நானாவித கருத்துகளுடன் நாற்பது கட்சிகளுள்ளன. இருந்துவிட்டுப் போகட்டும். அதுதான் பலகட்சி சனநாயகம். ஆனால், இந்தக் கட்சித் தலைமைகள் ஒடுக்கப்படும் தமிழர்களின் நலனை முன்னிறுத்தி ஒரு பொது உடன்பாட்டுக்கு வராவிட்டால், வேற்றுமைக்குள் ஒற்றுமையை அனுசரிக்காவிட்டால், தமிழ் மக்களது ஒட்டுமொத்த அரசியற் பலத்தையும் ஒருமுகப்படுத்தி நாடாளுமன்றத்தில் அரசியல் நடத்தாவிட்டால், இன்னும் சில பத்து வருடங்களில் முழு இலங்கையும் சிங்களமயமாக்கப்படும். அந்தச் சிங்களமயத்துக்குள் தமிழ்த் தேசிய இனம் கரைந்துபோய் விடும். எனவே நீங்கள் என்னை மன்னிக்க வேண்டும். என்னிடம் சொல்லத் தீர்வல்ல, அறிவிக்க எச்சரிக்கையே உண்டு!

■ உங்களது புதிய நாவல் 'BOX: கதைப்புத்தகம்' குறித்துச் சொல்லுங்கள்?

முள்ளிவாய்க்கால் பேரழிவு நடந்து முடிந்து இரண்டு வருடங்களுக்குப் பிறகு, வன்னிக் கிராமமொன்றில் நடக்கும் கதையை நாவலாக்கியுள்ளேன்.

முள்ளிவாய்க்கால் பேரழிவு நிகழும்போது நான் அங்கிருக்கவில்லை. வன்னியைப் பற்றியும் வன்னி மக்களைப் பற்றியும் அவர்களது பண்பாடு, பழக்கவழக்கங்கள், நிலப்பரப்பு இவை குறித்தும் எனக்கு அதிகமாகத் தெரியாது. ஆனால், எனக்கு யுத்தத்தைத் தெரியும்.

யுத்தம் எவ்வாறு ஒரு தேசத்தையும் அதன் மக்களையும் சிதைத்துப் போடுகிறது, யுத்தம் ஏன் எல்லா வழிகளிலும் அறமற்றேயிருக்கிறது, யுத்தத்திற்கு முன்னே நாங்களாக 'விடுதலை', 'தேசிய', 'புரட்சிகர', 'மீட்பு' என அடையாளங்களைச் சூட்டிக்கொண்டாலும், யுத்தம் எவ்வாறு யுத்த நிலத்தின் ஒவ்வொரு ஆன்மாவையும் சிதைத்துப் போடுகிறது என்பதைக் கதைகள் வழியே சொல்லியிருக்கின்றேன்.

இதுவரை உலகில் நடந்த எந்த யுத்தத்தைப் பற்றியும் உள்ளது உள்ளபடியே எழுதப்படவில்லை. அதற்கு ஈழ யுத்தமும் விதிவிலக்கானதல்ல. வரலாற்றாசிரியர்களும், செய்தியாளர்களும் கட்டுரையாளர்களும், மனிதவுரிமையாளர்களும், சர்வதேசக் கண்காணிப்பாளர்களும் நுழைய அனுமதி மறுக்கப்பட்ட தளங்களுக்குள் புனைவின் துணைகொண்டு நான் நுழைந்திருக்கிறேன்.

◉

அம்பேத்கரும் பெரியாரும் இல்லாத அரசியல் இனி சாத்தியமில்லை

◻ விகடன் தடம், பெப்ரவரி 2018

ஷோபாசக்தி ஈழ இலக்கியத்தின் இன்றைய முகம். போரின் அழிவுகளை, சிங்களப் பேரினவாதத்தின் இன ஒடுக்குமுறைகளை, போராளி இயக்கங்களின் தவறுகளை, புலம்பெயர் வாழ்வின் பிரச்சினைகளைக் காத்திரமான மொழியில் தன் படைப்புகளில் பதிவு செய்த படைப்பாளி. சாதி ஒழிப்புக் கருத்தியலையும், தலித்தியத்தையும் ஈழத் தமிழர்களிடத்தில் கொண்டுசெல்ல இடைவிடாது உரையாடிக் கொண்டிருப்பவர். ஷோபாசக்தியின் அரசியல் கருத்துகளை ஏற்றுக்கொள்ளாதவர்கள்கூட, அவரது படைப்பின் தனித்துவத்தை ஏற்றுக்கொள்வார்கள். இப்போது நடிகராகவும் மாறியிருக்கும் ஷோபாசக்தியை, சென்னைப் புத்தகக் கண்காட்சிக்காகக் கிளம்பிக் கொண்டிருந்த வேளையில் சந்தித்தோம்.

◻ சந்திப்பு: **வெய்யில் - சுகுணா திவாகர் - விஷ்ணுபுரம் சரவணன்**

■ உங்களுக்குப் பிடித்த பைபிள் வரிகளுடன் நேர்காணலைத் தொடங்கலாம்...

'எகிப்திலே பிரேதக் குழிகள் இல்லையென்றா வனாந்தரத்திலே சாகும்படிக்கு எங்களைக் கொண்டுவந்தீர்?'

எங்களது அகதி வாழ்க்கையைக் குறிக்க இதைவிடச் சிறந்த வாக்கியம் ஏது? 'ம்' நாவலின் முகப்பில் இதைக் குறிப்பிட்டே கதையைத் தொடங்கினேன்.

■ ஷோபாசக்தி தன்னை, தனது வாழ்க்கையை எப்படி வரையறுத்துக் கொண்டார்/ கொள்கிறார்?

யுத்தத்தின் ஊடாகவே வளர்ந்ததால், நான் எப்படி வளர்வேன்; என்ன ஆவேன்; என்ன செய்ய வேண்டும் எனத் திட்டமிடுவது எதுவும் என் கையில் இருக்கவில்லை. என்னைச் சூழ்ந்திருந்த புறக் காரணிகளே என் வாழ்க்கையைத் தீர்மானித்தன. இன்றுவரையும்கூட என் வாழ்க்கை அப்படித்தான். நான் இயக்கத்துக்குப் போவேன் என ஒருபோதும் நினைக்கவில்லை. மிகவும் வறுமைப்பட்ட குடும்பத்திலிருந்து வந்தவன் நான். பொதுவாக, யாழ்ப்பாணத்துச் சமூகம் பிள்ளைகளைப் படிக்க வேண்டும் என்று சொல்லியே வளர்க்கும். நானும் நன்றாகப் படிக்கக்கூடிய மாணவன்தான். அந்தக் காலகட்டத்தில் வழக்கறிஞர் தொழில்தான் கவர்ச்சிகரமான தொழில். தந்தை செல்வா, அமிர்தலிங்கம் போன்ற அரசியல் தலைவர்களும் வழக்கறிஞர்கள்தாம். சட்டம் படித்துப் பட்டம் பெற வேண்டும் என்பதுதான் என் விருப்பமும். ஆனால், புறச்சூழல்கள் அனுமதிக்கவில்லை.

நான் பத்தாவது படித்த 83 ஆம் ஆண்டில்தான் இனக்கலவரம் நடைபெற்றது. அதை இனக்கலவரம் என்று சொல்லக் கூடாது; தமிழர்கள் மீது திட்டமிட்டு நடத்தப்பட்ட படுகொலை. எங்கள் கிராமம் வறண்ட பாலைநிலம். பெரிய அளவில் விவசாயமெல்லாம் செய்ய முடியாது. ஊரில் உள்ள பெரும்பாலானோர் கொழும்புக்குச் சென்று, அங்குள்ள கடைகளில் சிற்றூழியர்களாக வேலை பார்ப்பார்கள். என் அப்பாவும், அண்ணனும் அவ்வாறு வேலை செய்தவர்கள்தாம். 83 ஆம் வருடப் படுகொலைகளின் போது எங்கள் கிராமத்தில் பாதிப் பேர் கொழும்பில்தான் இருந்தார்கள். அப்போது அவர்களில் சிலர் கொல்லப்பட்டார்கள்; சிலர் காதறுக்கப்பட்டு, விரல்கள் துண்டிக்கப்பட்டு வந்தார்கள். முழுக் கிராமமும் யாழ்ப்பாணத்தையும் அல்லைப்பிட்டியையும் இணைக்கும் அந்தப் பாலத்தில் உட்கார்ந்திருந்தார்கள். தொலைபேசியும் இல்லை; செய்திகள் தெரிந்துகொள்ள வழியே இல்லை. வானொலிச் செய்திகள் மட்டுமேதான். வானொலியும் இலங்கை அரசின் கட்டுப்பாட்டில் பொய்ச் செய்திகளை மட்டுமே சொல்லிக்கொண்டிருந்தது. அப்பா, அண்ணனுக்காக நானும் காத்துக்கொண்டிருந்தேன். பத்துநாள்கள் கழித்துத் தனித்தனியாகக் கட்டிய துணியுடன் வந்தார்கள். இதுபோன்ற சூழல்கள்தான் என்னை இயக்கத்துக்கு அனுப்பின.

மிகுந்த நம்பிக்கையோடுதான் இயக்கத்தில் இணைந்தேன். நான் மட்டுமல்ல, எங்கள் வகுப்பில் நாற்பது பேர் இருப்போம். திடீரென்று பத்துப் பேர் இல்லாமல் போய்விடுவார்கள். அடுத்து, ஐந்து பேர் போவார்கள். இப்படிக் கும்பல் கும்பலாக இயக்கங்களுக்குள் சேர்ந்தோம்.

■ உங்கள் விடுதலைப் புலிகள் இயக்க அனுபவங்கள்?

1983 ஆம் ஆண்டுக் கடைசியில் புலிகள் இயக்கத்தில் சேர்ந்தேன். ஜூலை 25 ஆம் தேதி வெலிக்கடைச் சிறைச்சாலையில் குட்டி மணி, தங்கத்துரை, ஜெகன் உள்பட 35 பேர் கொல்லப்பட்டார்கள். அதற்கு அடுத்த இரண்டு நாள்களில் மறுபடி திட்டமிட்டு 27 பேர் கொல்லப்பட்டார்கள். அப்போதெல்லாம் குட்டிமணியும், தங்கத்துரையும் எங்களுடைய தேசிய நாயகர்கள். வெலிக்கடைச் சிறைப் படுகொலையை மையப்படுத்தித்தான் 'ம்' நாவலை எழுதினேன். அந்தச் சம்பவம்தான் என்னைப் பள்ளிக்கூடத்தை, குடும்பத்தை விட்டு இயக்கத்தில் இணையத் தூண்டியது. போகும்போது பெரும் நம்பிக்கையோடு சென்றோம். எங்கள் ஊரில் அந்த நேரத்தில் பலரும் புளொட்டுக்குத்தான் சென்றார்கள். நான் எல்.டி.டி.இ-ல் தான் சேர வேண்டும் என்பதில் உறுதியாக இருந்தேன்.

■ ஏன்?

அந்த நேரத்தில் எல்.டி.டி.இ. மட்டும்தான் ஆயுத ரீதியாகச் செயல்பட்டு, கெரில்லாத் தாக்குதல்களைப் பரவலாகச் செய்து வந்தனர். மற்றவர்கள் மக்கள் மத்தியில் இறங்கி அரசியல் வேலைகளைச் செய்தார்கள். அரைகுறையாக சோசலிசக் கருத்துகளைப் பேசுவார்கள். எல்.டி.டி.இ. மட்டும்தான் கெரில்லா இயக்கமாகத் தீவிரமாகச் செயல்பட்டு வந்தது. அவர்களும் சோசலிசத் தமிழீழம் என்றே முழங்கினார்கள். அதனால் புலிகள் அமைப்பில் சேர முடிவெடுத்தேன். ஆனால், எல்.டி.டி.இ-ல் சேர்வதென்றால், அப்போது மிகக் கஷ்டம். தொடர்பே எடுக்க முடியாது. யாழ்ப்பாணத்திலிருந்து விலகியிருந்த எங்கள் தீவுக்குக் கடைசியாகத்தான் பஸ் வரும், கடைசியாகத்தான் கரன்ட் வரும். இயக்கமும் கடைசியாகத்தான் வந்தது. எல்.டி.டி.இ-ல் நான் சந்தித்த முதல் பொறுப்பாளர் கவிஞர் நிலாந்தன். அவர்

மூலம்தான் இயக்கத்தின் முழுநேர உறுப்பினரானேன். அவர் அப்போதே கவிதைகள் எழுதிவந்தார். நாங்கள் கெரில்லா வாழ்க்கையில் இருந்த காலத்தில்தான் 'குமுதினி' படகில் வந்த பயணிகள் 60 பேர் இலங்கைக் கடற் படையால் வெட்டிக் கொல்லப்பட்டனர். நாங்கள்தான் அந்த உடல்களைக் கரைக்குக் கொண்டுவந்து, மருத்துவமனையில் சேர்த்தோம். அன்றிரவு நிலாந்தன் 'கடலம்மா' என்ற புகழ்பெற்ற அந்தக் கவிதையை எழுதினார். இயக்கத்தில் இருந்த மிகச் சில சிந்தனையாளர்களில், கலைஞர்களில் நிலாந்தனும் ஒருவர். எழுத்தாளனாக என்னுடைய உருவாக்கத்தில் நிலாந்தனுக்கும் ஒரு பங்குண்டு. அவரை அடியொற்றித்தான் நான் கவிதைகள் எழுத ஆரம்பித்தேன்.

மக்கள், விடுதலை இயக்கங்களை அவ்வளவு ஆதரித்து நேசித்தார்கள். அப்போது, இன்று இருக்கும் வடக்கு, கிழக்குப் பிரிவு இருக்கவில்லை; தமிழர் - முஸ்லிம் பகை இருக்கவில்லை. இயக்கத்துக்குள் நிறைய இஸ்லாமியர்கள் இருந்தார்கள். என்னுடைய நெருங்கிய நண்பர்கள் பாரூக், உஸ்மான் போன்றோர் இஸ்லாமியர்கள்தான். ஏறக்குறைய தமிழ் பேசும் அனைத்து மக்களுமே தமிழீழ விடுதலைப் போராட்டத்தை ஆதரித்த காலம் அது. போராட்டத்துக்கு இந்தியாவின் ஆதரவு இருந்த காலமும்கூட. போராளிகளை அழைத்து, பயிற்சி முகாம் அமைத்து, சாப்பாடு போட்டுப் பணம் கொடுத்து, ஆயுதங்களையும் தந்தது இந்திய அரசு. அதேவேளையில், பாலஸ்தீன விடுதலை இயக்கத்துடன் உள்ள தொடர்பினால், போராளிகளில் ஒரு பகுதியினர் பாலஸ்தீனத்திலும், லெபனானிலும் பயிற்சி பெற்று வந்தனர். அதுவரை இலங்கை இராணுவம் எந்தவொரு சண்டையும் செய்திருக்கவில்லை. வெறுமனே சுதந்திர தின விழாவில் குண்டு இல்லாத வெற்றுத் துப்பாக்கியைக்கொண்டு அணிவகுப்பு செய்துவந்த இராணுவம் அது. ஆக, நாங்கள் மிகப் பெரிய பயிற்சி பெற்ற படை. வலுவான இயக்கங்களாக ஐந்து இருந்தன. அதைத் தவிர சிறிய சிறிய இயக்கங்களும் இருந்தன. இருந்தாலும் இயக்கங்களுக்குள் பெரிய முரண்கள் இருக்கவில்லை. இயக்கத் தலைவர்கள் சந்தித்துப் பேசிக்கொண்டிருந்தனர். 85 ஆம் ஆண்டு நடுப்பகுதியில் எல்.டி.டி.இ, ஈ.பி.ஆர்.எல்.எஃப், டெலோ, ஈரோஸ் ஆகிய இயக்கங்கள் இணைந்து ஒரு முன்னணியையும் அமைத்திருந்தன.

காலத்துக்குக் காலம் தமிழ்த் தரப்புகள் பல்வேறு பேச்சு வார்த்தைகள், ஒப்பந்தங்களை நடத்தியிருக்கின்றன. ஆனால், எந்த ஒப்பந்தங்களையும் இலங்கை அரசு முறையாக நிறைவேற்றவில்லை. அதனால், இனி இலங்கை அரசோடு துப்பாக்கிக் குழல்களால் மட்டுமேதான் பேசுவோம் என்று முடிவெடுத்தோம். 'ஆற்றல் மிகு கரங்களில் ஆயுதம் ஏந்துவோம். மாற்று வழி நாம் அறியோம்' என்பதே எங்கள் முழக்கமாக இருந்தது. ஆனால், 85 இல் இந்திய அரசின் நிர்ப்பந்தத்தின் காரணமாக, திம்புப் பேச்சுவார்த்தைக்கு நாங்கள் நிர்ப்பந்திக்கப்பட்டோம். இயக்கத் தலைவர்கள் வேறு வழியில்லாமல் சம்மதித்தார்கள். தமிழீழத்துக்குப் பதிலாக 'மாகாணசபை' என்றெல்லாம் பேசப்பட்டது. நமது போராட்டம் திசைமாறுகிறதோ என முதற் குழப்பம் எனக்குள் ஏற்பட்டது. எங்களுடைய இயக்கம் நிகழ்த்திய அனுராதபுரம் படுகொலை எனக்குள் பெரிய அதிர்ச்சியை விளைவித்தது. குழந்தைகள் உள்பட நூற்றுக்கும் மேற்பட்ட அப்பாவிச் சிங்களப் பொதுமக்கள் விடுதலைப் புலிகளால் வெட்டிக் கொலை செய்யப்பட்டனர். 'சோசலிசத் தமிழீழம்' என்று பேசிக்கொண்டிருந்த விடுதலைப் புலிகளின் இந்த நடவடிக்கை எனக்குள் ஆறாக் கசப்பை ஏற்படுத்தியது.

நாங்கள் விற்ற முதல் நூலே 'சோசலிச தமிழீழத்தை நோக்கி' என்பதுதான். பயிற்சி முகாமில், காலை நேரத்தில் நாங்கள் எடுக்கும் சத்தியப் பிரமாணமும் 'எமது புரட்சிகர இயக்கத்தின் புனித இலட்சியமாம் சோசலிசத் தமிழீழத்தை அடைய...' என்றுதான் ஆரம்பிக்கும். இடதுவயப்பட்ட இயக்கமாக இருக்கும் என நாங்கள் நம்பிய இயக்கம், அப்பாவி மக்களைக் கொன்றது. அதைத் தொடர்ந்து 86 ஆம் ஆண்டு டெலோ இயக்கத்தை விடுதலைப் புலிகள் இயக்கம் தாக்கித் தடை செய்தது. அப்போதும் நான் இயக்கத்தில்தான் இருந்தேன். சமூக விரோதிகளை ஒழிக்கிறோம் என்று சிறிய திருடர்களை, பாலியல் தொழிலாளர்களை எல்லாம் மின்கம்பத்தில் கட்டி, சுட்டுக் கொன்றார்கள். இதைப் பல்வேறு இயக்கங்களும் செய்தனர். புலிகளும் செய்தனர். மனநிலை சரியில்லாமல் திரிந்தவனையெல்லாம் சி.ஐ.டி என 'அடையாளம் கண்டு' கொன்றனர். எங்கள் கிராமத்திலேயே சிலர் இயக்கங்களால் கொல்லப்பட்டனர். இவை எல்லாம் சேர்ந்து எனக்குள் ஒரு

பாதிப்பை உண்டாக்கின. இயக்கத்தின் மீது என் கசப்பு உணர்வு விரிய ஆரம்பித்தது.

- அப்போதே இந்த விஷயத்தில் தத்துவார்த்த ரீதியிலான புரிதல் உங்களுக்கு இருந்ததா?

அப்போது பெரியளவில் எந்தத் தத்துவார்த்தப் புரிதலும் எனக்கு இல்லை. ஆனால், ஏதோ தவறான விஷயம் நடந்து கொண்டிருக்கிறது என்று மட்டும் புரிந்தது. நான் மனதளவில் இயக்கத்தை விட்டு விலகத் தொடங்கினேன்.

- உங்களுக்கு இடதுசாரித் தத்துவத்தின் மீதான ஈர்ப்பு எப்படி ஏற்பட்டது?

சிறுவயதில் எம்.ஜி.ஆர் பாடல்கள் மூலம் தெரிந்தவைதான். 'தனியுடைமைக் கொடுமைகள் தீரத் தொண்டு செய்யடா தானாய் எல்லாம் மாறும் என்பது பழைய பொய்யடா' - அவ்வளவுதான் தெரியும். நான் பிரான்ஸுக்குப் போன பின்புதான் மார்க்ஸியம் குறித்தும் இடதுசாரி இயக்கங்கள் பற்றியும் முழுமையாகத் தெரிந்துகொண்டேன். ஆனால், இயக்கத்தில் எனக்கு ஏற்பட்ட கருத்து வேறுபாடு என்பது பாலியல் தொழிலாளிகள், சிறிய திருடர்கள் கொல்லப்படுவதில், அப்பாவிச் சிங்கள மக்கள் கொல்லப்படுவதில் இருந்துதான் தொடங்கியது. மார்க்ஸியம், மனித உரிமைகள் குறித்தெல்லாம் பெரியளவிலான தத்துவார்த்தப் புரிதல் இல்லாவிட்டாலும், சாமானிய மக்கள் கொலை செய்யப்பட்டதை, அதுவும் தமிழீழம் வாங்கித்தரும் என்று நான் நம்பிய இலட்சியவாத இயக்கத்தால் செய்யப்பட்டதை என்னால் ஏற்றுக்கொள்ள முடியவில்லை.

- ஆனால், புலிகளின் ஆயுதச் செயற்பாடுகளில் ஈர்க்கப்பட்டுத் தானே, நீங்கள் இயக்கத்தில் இணைந்தீர்கள்?

ஆமாம், அந்தச் செயற்பாடுகள் இலங்கை கொலைகார இராணுவ ஆயுதப் படைக்கு எதிராக நடந்தவை. ஆனால், அதுவே சொந்த மக்களுக்கும் அப்பாவிச் சிங்கள மக்களுக்கும் எதிராகத் திரும்பும்போது, நான் எப்படி அதை ஏற்றுக்கொள்ள முடியும்? இந்தக் கொடுமைகளுக்கும் விடுதலைக் கருத்தியலுக்கும் என்ன தொடர்பு?

■ இதை எதிர்த்து இயக்கத்தில் கருத்துகளை முன்வைத்து விவாதிக்க முடிந்ததா?

விவாதத்திற்கெல்லாம் இயக்கத்தில் இடமிருக்கவில்லை. அவ்வளவு இறுக்கமான தலைமை அது. இயக்கத்தின் ஆரம்ப நாள்களில் அரசியல் மத்திய குழு என ஒன்று இருந்தாலும், அது பலவீனமாகவே இருந்தது. பின்பு மத்திய குழுவே இல்லாமல் போய்த் தனிநபர் தலைமை என்றானது. தலைமை எடுக்கும் முடிவுக்கு எதிராகக் கருத்துச் சொன்னவர்கள் ஒன்று இயக்கத்திலிருந்து நீக்கப்பட்டார்கள் அல்லது கொல்லப்பட்டார்கள். இயக்கத்தின் ஆரம்பக் காலங்களிலேயே 'புதியபாதை' சுந்தரம், மனோ மாஸ்டர், ஒப்ராய் தேவன் போன்ற பலர் தலைமையோடு முரண்பட்டு வேறு அரசியல் இயக்கங்களில் இயங்கினார்கள். இவர்கள் அனைவருமே பின்பு புலிகளால் கொல்லப்பட்டார்கள்.

புலிகளின் இரண்டாம் கட்டத் தலைவராக இருந்த ராகவன் போன்றோர் மாற்றுக் கருத்துகளை முன்வைத்து முடியும் வரை போராடிப் பார்த்துவிட்டு, உயிருக்கு ஆபத்து ஏற்பட்ட தருணத்தில் வெளிநாடுகளுக்குத் தப்பிச் சென்றார்கள். உட்கட்சிப் போராட்டம் என்பது அப்போதே தொடங்கிவிட்டது. அதேபோல, அந்தப் போராட்டம் கடுமையாக நசுக்கி அழிக்கவும்பட்டது.

நான் இயக்கத்தில் இருந்த நிலை என்பது தலைமையையோ, முன்னணித் தலைவர்களையோ நேரடியாகப் பார்த்து விவாதிக்கும் அளவுக்குப் பெரிதில்லை. அதிகபட்சம் எங்களைப் போன்றவர்களால் திலீபனைப் பார்த்து முறையிட முடியும். அவரும் நாம் சொல்வதைக் கேட்டுக்கொள்வார்; விவாதிக்க மாட்டார். நான் இருந்தது சிறிய கெரில்லா குழுவில். இயக்கத்தில் அப்போது அரசியல் வகுப்புகளே நடத்தப்படவில்லை. எளிய கிராமத்து இளைஞனாக, நடப்பது தவறெனத் தெரிந்தது. ஆனால், என்ன செய்வது எனத் தெரியவில்லை. நமக்கு இறுதித் தீர்வு தமிழீழம் தான். அதற்காகப் புலிகள் இயக்கம் முன்னின்று போராடி வருகிறது. ஆக, அவர்களைவிட்டு வெளியேறவும் முடியாது. அப்போது புலிகள் இயக்கத்தில் சேரும்போதே சில நிபந்தனைகளுக்குக் கட்டுப்பட்டுக் கையெழுத்திட்டுக் கொடுக்க வேண்டும். அதிலொரு நிபந்தனை: 'இயக்கத்தைவிட்டு

வெளியேறினாலோ, வெளியேற்றப் பட்டாலோ, அவர் வேறு எந்தவொரு அமைப்பிலும் சேரக் கூடாது. எவ்வித அரசியல் நடவடிக்கையிலும் ஈடுபடக் கூடாது. இந்த நிபந்தனையை மீறினால், மரண தண்டனை வழங்கப்படும்.'

1986 இல் ஈ.பி.ஆர்.எல்.எஃபைப் புலிகள் இயக்கம் தாக்கி அழிக்கத் திட்டமிட்டபோது, நான் வெளியேறினேன். வீட்டிலும் வறுமை. யாழ்ப்பாணத்துக்குப் போகக்கூட பஸ்ஸுக்குக் காசு இருக்காது. வீட்டிலிருந்தபோது, புலிகள் பண்ணைப் பாலத்தில் புதைத்து வைத்த சிலிண்டர் கண்ணிவெடியைக் கிளப்பிவிட்டேன் எனப் பொய்க்குற்றம் சாட்டப்பட்டுப் புலிகளால் கைது செய்யப்பட்டுத் தடுத்து வைக்கப்பட்டேன். புலிகளின் அப்போதைய ஆயுதப் பொறுப்பாளர் ஜொனி நீண்ட விசாரணையின் பின் என்னை விடுவித்தார். இனி அரசியல் பக்கமே தலைவைத்தும் படுக்கக் கூடாது எனக் கடும் எச்சரிக்கை வேறு. அடுத்து என்ன செய்வது என்று தெரியாமலிருந்தேன்.

ஆறு மாதம் கழித்து, இலங்கை - இந்திய ஒப்பந்தம் வந்தது. இந்திய அமைதிப்படை இலங்கைக்கு வந்தது. புலிகளுக்கும் இந்திய அமைதிப்படைக்கும் போர் மூண்டது. ஒரு கட்டத்தில் புலிகள் பின் வாங்கி, காட்டுக்குச் சென்றார்கள். தமிழ்ப் பகுதிகள் முழுக்க அமைதிப்படையின் கட்டுப்பாட்டுக்குள் வந்தன. கணக்கிட முடியாத கொலைகளை, பாலியல் வன்புணர்வுகளை, சித்திரவதைகளை, அவமானங்களை, அத்துமீறல்களை இந்திய இராணுவம் நடத்தியது. இறுதியில் ஒருநாள் அமைதிப்படை எங்கள் கிராமத்துக்கும் வந்தது. புலிகள், முன்னாள் புலிகள், அவர்களுக்கு உதவி செய்தவர்களை அமைதிப்படை தேடியது. அமைதிப்படைக்குத் துணைக் குழுக்களாக டக்ளஸ் தேவானந்தா, பரந்தன் ராஜன் போன்றவர்களால் வழிநடத்தப்பட்ட இளைஞர்களும் வந்தார்கள். புலிகளுடனான தங்கள் பகையை அமைதிப்படைக்குக் கூலிப்படையாக மாறி அவர்கள் நேர்செய்ய முயன்றார்கள்.

அவர்களுக்கு யார் யார் புலிகள் இயக்கத்துடன் தொடர்புடையவர்கள் என்று நன்றாகத் தெரியும். எல்லாருமே கிராமத்தில் எங்கள் மாமன் மச்சான்கள் தானே! என் வீட்டுக்கும் இரண்டு முறை இந்திய இராணுவம் தேடி வந்தது. நல்வாய்ப்பாக

நான் தப்பிவிட்டேன். இதனால் என்னால் யாழ்ப்பாணத்தில் இருக்க முடியவில்லை. அங்கிருந்து தப்பித்துக் கொழும்புக்கு ஓடி வந்தேன். நான் கொழும்புக்கு வரவும் புலிகளுக்கும் இலங்கை அதிபர் பிரேமதாசாவுக்கும் ஓர் ஒப்பந்தம் வரவும் சரியாக இருந்தது. பிரேமதாசா ஆட்சிக்கு வந்ததும், இந்திய ராணுவத்தை வெளியேற்ற வேண்டும் என்பதில் அவர் உறுதியாக இருந்தார். அமைதிப்படையை எதிர்த்துப் போரிட்ட புலிகளுக்கு நிதி மற்றும் ஆயுத உதவியும் செய்தார். 1990 மார்ச்சில் இந்திய இராணுவம் வெளியேறியதும் மறுபடியும் புலிகளுக்கும் இலங்கை இராணுவத்துக்கும் சண்டை ஆரம்பித்தது. என்னைப் பயங்கரவாதத் தடைச் சட்டத்தில் கைதுசெய்து சிறைக்கு அனுப்பினார்கள். அந்தச் சட்டத்தில் கைது செய்தால் விசாரணையின்றி எவ்வளவு காலம் வேண்டுமானாலும் சிறையில் அடைக்கலாம். நான் கைது செய்யப்பட்டது என் குடும்பம் உட்பட யாருக்குமே தெரியாது. தகவல் தெரிவிக்க வழியுமில்லை. என்ன ஆவேன், எப்படி வெளியே வருவேன் எனத் தெரியவில்லை. நான் கொழும்பில் இருந்தபோது எனக்கு சிங்களத் தோழி ஒருவர் கிடைத்தார். அவர் தன் பகுதி அரசியல்வாதிகளை அணுகிப் பெருந்தொகை லஞ்சம் கொடுத்து எடுத்த முயற்சியால், நான்கு மாதங்கள் கழித்துச் சிறையைவிட்டு வெளியே வந்தேன்.

■ *வெளியே வந்ததும் உங்களது முதல் முடிவு என்னவாக இருந்தது?*

நான் கொழும்பில் இருக்க முடியாத நிலை. தினந்தோறும் கொலைகள். இலங்கை இராணுவம், தமிழ் இயக்கங்கள், ஜேவிபி, ஜிகாத் எனும் இஸ்லாமிய ஆயுதக்குழு என யார், யாரைச் சுட்டுக்கொல்வார்கள் என ஒன்றும் தெரியவில்லை. இலங்கை இராணுவமே பல்வேறு ஆயுதக் குழுக்களை உருவாக்கியது. உதாரணமாக, 'பச்சைப் புலிகள்' என்றொரு அமைப்பு நேரடியாகவே ஜெயவர்த்தனே மகனின் கட்டுப்பாட்டில் கொலைகளைச் செய்தார்கள். தமிழர்களுக்குத் தங்க வீடு கிடைக்காது; விடுதி கிடைக்காது. முன்னாள் புலி என்பதால், இந்தியாவுக்கும் வர முடியாது. அப்படி வந்தால், நேரடியாகச் சிறைக்கு அனுப்பிவிடுவார்கள் என அஞ்சினேன். ஆக, வெளிநாட்டுக்குத் தப்பிச் செல்வதொன்றே என் முன் இருந்த தீர்வு.

என்னுடைய அண்ணா ஜெர்மனியில் இருந்தார். அவர், 'தாய்லாந்துக்குப் போ' என வழிகாட்டினார். திருட்டுத்தனமாக ஒரு பாஸ்போர்ட்டைத் தயார் செய்து தாய்லாந்து சென்றேன். அங்கே மூன்றரை வருடங்கள் அகதியாக வாழ்ந்தேன். அங்கேயும் சில பிரச்சினைகள். தாய்லாந்தில் எங்களை அகதியாக ஐ.நா-வின் 'அகதிகளுக்கான உயர் ஆணையம்' ஏற்றுக்கொண்டது. ஆனால், தாய்லாந்து அரசு எங்களை அகதியாக ஏற்க மறுத்தது. பலமுறை சிறைவாசம். உலகின் கொடூரமான சிறைகளில் 'பாங்காக்' சிறையும் ஒன்று.

1993 இல் அங்கிருந்து பாரிஸுக்கு எல்லா அகதிகளையும் போலவே நானும் பிரெஞ்சு கள்ளப் பாஸ்போர்ட்டில் போனேன். ஒருவேளை எனக்கு லண்டன் கள்ளப் பாஸ்போர்ட் கிடைத்திருந்தால், லண்டன் போயிருப்பேன். இப்படி என் வாழ்க்கையின் ஒவ்வொரு காலகட்டத்தையும் புறச்சூழல்களே தீர்மானித்தன. இன்றைக்கும் நான் எந்த நாட்டில் இருக்க வேண்டும்; எத்தனை நாள்கள் இருக்க வேண்டும் என்பதைத் தீர்மானிப்பது, அந்தந்த நாட்டின் அரசுகள்தான். நான் இன்னமும் பிரெஞ்சுக் குடிமகன் கிடையாது; அகதிதான். பிரெஞ்சுக் குடிமகனுக்கு இந்தியா வர ஆறு மாத விசா வழங்கப்படுகிறது. ஆனால், என்னைப் போன்ற ஓர் அகதிக்கு ஒரு மாத விசாதான் தருகிறார்கள். அதிலும் இந்தியாவின் சில பகுதிகளுக்குச் செல்ல முடியாது. அதற்குச் சிறப்பு அனுமதி வாங்க வேண்டும்.

■ சர்வதேச அளவில் முகம் தெரிந்த நடிகராகிவிட்டீர்கள். இப்போதும் இதுபோன்ற பிரச்சினைகள் இருக்கிறதா?

2015 இல் டொரோண்டோ சர்வதேசத் திரைப்பட விழாவுக்கு அழைக்கப்பட்டுச் சென்றிருந்தேன். இதற்கு முன் 'செங்கடல்' திரையிடலுக்கு, அழைக்கப்பட்டு கனடா சென்றபோது எமிகிரேசனில் படாதபாடு படுத்திவிட்டார்கள். 'இப்போது அந்தப் பிரச்சினை இருக்காது, நாம்தான் முகம் தெரிந்த நடிகராகிவிட்டோமே' என்று நினைத்தேன். வாழ்க்கையில் முதல் முறையாக விமானத்தில் முதல் வகுப்பில் பிரயாணம். வந்திறங்கியபோது என் பெயர் தாங்கிய அட்டையுடன் விழாக் குழுவின் ஒருவர் காத்திருந்தார். ஏற்பாடெல்லாம் சிறப்பாக இருக்கிறதே என நினைத்தேன். எமிகிரேஷனில்

யுத்த தூஷணம் | 53

பாஸ்போர்ட்டைப் பார்த்துவிட்டு, அனுமதிக்க முடியாது என்றார்கள். காரணம், நான் ஒரு முன்னாள் புலிப்போராளி. 'அதெல்லாம் கன காலத்துக்கு முன்னால்' என்றதற்கு, 'தெரியும் தெரியும்' என்றார்கள். 'விசாவை கேன்சல் செய்கிறேன்' என்றார்கள். பிறகு, போராடி விழா நடக்கும் 10 நாள்களுக்கு மட்டும் அனுமதி பெற்றேன். அதுவும் என் பாஸ்போர்ட்டை அவர்களே வைத்துக்கொண்டார்கள். திரும்பி வரும்போது எனது ஒரு வருட கனடா விசாவை ரத்துச் செய்து என்னை வெளியேற்றினார்கள்.

■ இவ்வளவுக்கு மத்தியில் உங்களுக்கு இலக்கிய, கலை ஆர்வம் எப்படி உருவானது?

எங்கள் கிராமமே நாடகவெறி பிடித்தது. இரவில் விடிய விடிய கிறிஸ்துவத் தென்மோடிக் கூத்துகள் நடக்கும். முற்கூத்தில் ராஜாவாக ஒருவரும், பிற்கூத்தில் ராஜாவாக வேறொருவரும் நடிக்குமளவுக்கு நீண்ட கூத்துகள் அவை. கூத்தின் அளவு 8-9 மணி நேரங்களிருக்கும். கூத்திற்கான ஒத்திகை மாத்திரம் ஏழெட்டு மாதங்கள் நடக்கும். ஒத்திகையை வேடிக்கை பார்ப்பதற்கே மக்கள் கூட்டம் கூட்டமாக வருவார்கள்.

நான் 10 வயதிலேயே கூத்தில் நடிக்க ஆரம்பித்துவிட்டேன். நான் நடித்த முதல் பாத்திரமே துரோகி பாத்திரம்தான் (சிரிக்கிறார்). பண்டார வன்னியன் கூத்தில் நான்தான் காக்கை வன்னியன். பிறகு சமூகச் சீர்திருத்த நாடகங்கள் எழுதி நடிப்பது, நாடகங்கள் இடையே சினிமாப் படப் பாடல்களைப் போட்டு வாயசைப்பது என இருந்தோம். அப்போது நாங்கள் வாயசைத்த 'நமது வெற்றியை நாளை சரித்திரம் சொல்லும்' எம்.ஜி.ஆர். பாடல்தான் இப்போதும் என் செல்போன் ரிங்டோன்.

இயக்கத்தில் இருந்த காலகட்டத்திலும் கவிதை எழுதுவது, மக்கள் மத்தியில் நாடகங்கள் போடுவது என இருந்தோம். நிலாந்தன் எழுதிய 'விடுதலைக் காளி' என்ற நாடகத்தை ஒரு நாளில் பத்து கிராமங்களில்கூட நடித்திருக்கிறோம். எனவே, கலையின் மீதான ஆர்வம் எனக்குச் சிறுபிராயத்தில் ஆரம்பித்தது.

15 வயதில் எனக்குக் கடவுள் நம்பிக்கை போய்விட்டது. சிறைக்குச் சென்றபோது கடவுள் நம்பிக்கை மறுபடியும் வந்தது.

வெளியே வந்து தாய்லாந்து போனபோது நான் எடுத்துச் சென்றவை இரண்டே புத்தகங்கள். அவை பாரதியார் கவிதைகள் மற்றும் பைபிள். தாய்லாந்தில் தமிழில் படிப்பதற்கு ஏதும் கிடைக்காமல் பைபிளையும், பாரதியார் கவிதைகளையும் திரும்பத் திரும்பப் படித்தவாறிருந்தேன். எப்போது பைபிளைக் கசடறக் கற்றேனோ, அந்தத் தருணத்தில் என் கடவுள் நம்பிக்கை முற்றாக அழிந்தது. தாய்லாந்தில் இருக்கும்போதே, அங்கிருந்த முந்நூறு ஈழத் தமிழர்களுக்காக ‘நெற்றிக்கண்’ என்ற கையெழுத்து - ஜெராக்ஸ் பத்திரிகையை நடத்தினேன். பிரான்ஸுக்குப் போன பிறகு, ‘நான்காம் அகிலம்’ என்ற சர்வதேச ட்ராட்ஸ்கிய கம்யூனிஸ்ட் கட்சியில் இணைந்தேன். கட்சிக்குள் சென்ற பிறகுதான் என்னுடைய இலக்கிய வாசிப்பு சரியான முறையில் தொடங்கியது. கட்சித் தோழர்களுடனான உரையாடல்கள் மூலம்தான் எழுத்தாளன் ஷோபாசக்தி உருவானான்.

■ *‘நான்காம் அகில’த்தில் உங்களுடைய செயல்பாடு என்னவாக இருந்தது, அங்கு ஏதும் முரண் ஏற்படவில்லையா?*

நான் பிரான்ஸ் போய் ஒரு மாதம் இருக்கும். வேலை சோலி ஏதுமில்லை. முழு ‘தண்ணி’யில் சாலையில் போய்க் கொண்டிருந்தேன். தமிழ்க் கடைத்தெருப் பகுதியில் ‘தொழிலாளர் பாதை’ எனும் பத்திரிகையைச் சில தமிழ் இளைஞர்கள் விற்றுக்கொண்டிருந்தனர். நான் அந்தப் பத்திரிகையைக் காசு கொடுத்து வாங்கியதோடு, அவர்களிடமிருந்த சிறு பிரசுரத்தையும் வாங்கியதும் அவர்கள் பேரதிர்ச்சி அடைந்தார்கள். பொதுவாக யாரும் அந்தப் பத்திரிகையை வாங்குவதில்லை. அந்தப் பத்திரிகையின் மொழியே புரட்சிகரக் கரடுமுரடாகயிருக்கும். பின்னாளில் நானே அந்தப் பத்திரிகையைத் தெருத்தெருவாக விற்றிருக்கிறேன்.

நான் வலியப்போய் பத்திரிகையை வாங்கியது அவர்களுக்கு உற்சாகத்தைக் கொடுத்திருக்க வேண்டும். உடனே தொடர்பு எண் கேட்டார்கள். எண்ணைக் கொடுத்து விட்டேன். அடுத்த நாளே தொடர்பு கொண்டார்கள். அவர்களுடனான முதற் சந்திப்பில்தான் ‘ட்ராட்ஸ்கி’ எனும் பெயரை அறிந்தேன். அதைத் தொடர்ந்து ஏராளமான உரையாடல்கள். அவர்கள்தான் என்னைத் தேசியவாத அரசியலிலிருந்து வெளியே கொண்டுவந்தவர்கள்.

அந்த இயக்கத்தில் தமிழர்கள் மட்டுமல்ல, பிரெஞ்சுத் தோழர்களும் இருந்தனர். வருஷத்துக்கு ஒருமுறை சம்மர் கேம்ப் அழைத்துச் சென்று வகுப்புகள் நடக்கும். உலகம் முழுவதுமிருந்து வரும் ட்ராட்ஸ்கியர்கள் அந்தப் பயிற்சி முகாமில் கலந்துகொள்வார்கள். நான்கு வருடங்கள் கடுமையான பயிற்சியில் முரட்டு டிராட்ஸ்கியவாதியாக உருவானேன். அப்போதுதான் தமிழகத்திலிருந்து அ. மார்க்ஸ், பொ. வேல்சாமி, ரவிக்குமார் ஆகியோர் இணைந்து நடத்திய 'நிறப்பிரிகை' இதழ்கள் வேறு தோழர்கள் மூலம் கிடைத்தன. சாதி, தலித்தியம் குறித்த கட்டுரைகளை 'நிறப்பிரிகை'யில் வாசித்தேன். அது குறித்துக் கட்சியோடு உரையாடத் தொடங்கினேன். அதில் முரண் ஏற்பட்டது. 'வர்க்கப் புரட்சி நடைபெற்றால், சாதி ஒழிந்துவிடும்' என்ற வழமையான எளிய சூத்திரமே அவர்களிடமிருந்தது. நான் கட்சியிலிருந்து வெளியேறினேன்.

98 ஆம் ஆண்டு இந்தியாவுக்கு வந்தேன். இந்தியாவில் என் அம்மா, அப்பா, தங்கை அகதிகளாக வாழ்ந்துவந்தார்கள். நான் பிரான்ஸிலிருந்து கிளம்பும்போது, தோழர் சுகன், அ. மார்க்ஸின் தஞ்சாவூர் முகவரியைக் கொடுத்து அ. மார்க்ஸைப் போய் அவசியம் சந்திக்கச் சொன்னார். நான் அவர் வீட்டுக்குப் போனேன். அங்கே ஒருநாள் முழுவதும் அவரிடம் உரையாடினேன். அங்கிருந்து சென்னைக்குக் கிளம்பியபோது, வளர்மதி, ராஜன் குறை ஆகியோரின் தொலைபேசி எண்களைத் தந்து அவர்களைச் சந்திக்கச் சொன்னார் மார்க்ஸ். இப்படித்தான் 'நிறப்பிரிகை' குழுவோடு உரையாடவும் பின்நவீனத்துவம், தலித்தியம், பெரியாரியம் ஆகியவற்றைக் கற்கவும் தொடங்கினேன்.

- இன்னமும் உங்களுக்குப் பின்நவீனத்துவத்தில் நம்பிக்கை இருக்கிறதா? சில வலதுசாரிகளும் பின்நவீனத்துவத்தைத் தங்களுக்குச் சாதகமாகப் பயன்படுத்துகிறார்களே?

பின்நவீனத்துவம் என்ன கடவுளா, நம்பிக்கை வைக்க. என்னைப் பொறுத்தவரை பின்நவீனத்துவம் என்பது ஓர் ஆய்வுச் செல்நெறி. இலக்கியப் பிரதிகளையும், கலையையும், அரசியலையும், சமூகத்தையும் புரிந்துகொள்வதற்கான அணுகல்முறை. அதில் எனக்கு ஆர்வம் உண்டு.

வலதுசாரிகள் மட்டுமல்ல; இலக்கியப் போலிகளும் பின்நவீனத்துவம் எனப் போகிற போக்கில் உச்சரித்துச் செல்கிறார்கள். பின்நவீனத்துவத்தின் பெயரால் ஃபோர்னோ பட இணையங்களை ஆதரித்த கொடுமையும் இங்குதான் நடந்தது. அதை எதிர்த்துக் கடுமையாக எனது வலைதளத்தில் எழுதியிருந்தேன். வர்க்கப் பிரச்சினைகள் குறித்தோ, பண்பாடு குறித்தோ உரையாடல் நடக்கும்போதெல்லாம், 'பின்நவீனத்துவம் அனைத்தையும் கட்டுடைக்கும்' என உளறிக் கொட்டுவார்கள். மிகக் கொச்சையாகப் பின்நவீனத்துவத்தைப் புரிந்துவைப்பவர்கள் இவர்களென்றால், பின்நவீனத்துவத்தை எதிர்ப்பவர்களோ அதை இன்னும் கொச்சையாகப் புரிந்துவைத்திருக்கிறார்கள். பின்நவீனத்துவம் தத்துவங்களைக் கேள்விக்குள்ளாக்கும் ஓர் ஆய்வுமுறைமை. அதையே தத்துவமாக்குவதும், அரசியல் நிறுவனமாக்குவதும், சட்டகமாக்குவதும் அறியாமை.

■ *ஆன்டனி என்ற பெயர் ஷோபாசக்தி ஆனது எப்போது?*

நான் பாரீஸுக்குப் போனவுடனே 'சிவசக்தி' என்ற பெயரில் எழுதினேன். 'சொல்லடி சிவசக்தி எனைச் சுடர் மிகு அறிவுடன் படைத்துவிட்டாய்' என்ற பாரதியின் வரியில் இருந்து எடுத்தது. அன்ரனிதாசன் என்ற பெயரிலும் சிலவற்றை எழுதினேன். அப்போது பணக் கஷ்டம், அகதி வழக்கை வேறு நடத்தியாக வேண்டும். அதனால் இரண்டு இலக்கியப் பரிசுப் போட்டிகளுக்குக் கதையும், கவிதையும் அனுப்பினேன். இரண்டு போட்டிகளிலுமே கதைக்கு இரண்டாம் பரிசு; கவிதைக்கு முதல் பரிசு. ஆனால், இந்த இடைவெளியில் கட்சியில் சேர்ந்துவிட்டேன். கட்சி இந்தப் பரிசுப் பணத்தை வாங்காதே என்றது. அதனால் நான் வாங்கவும் இல்லை. கட்சியைவிட்டு வெளியே வந்தபின் சிவசக்தி என்ற பெயரை விட்டுவிட வேண்டும் என்று என் அறவுணர்வு சொன்னது. பாரதிதாசன், சுப்புரத்தினதாசன் என்றெல்லாம் நமக்குப் பிடித்த ஆளுமைகளின் பெயரைச் சூடிக்கொள்வது நம் வழக்கமல்லவா. போதாக்குறைக்கு அப்போது ஜெயமோகனதாசன் என்றொருவர் வேறு சுற்றிக்கொண்டிருந்தார். அதனால், எனக்குப் பிடித்த கலைஞர் ஒருவரின் பெயரை நான் சூட்டிக்கொள்ள நினைத்தேன். ஜெயகாந்தனை எனக்குப் பிடிக்கும். ஆனால், ஜெயசக்தி என்ற பெயர் பிடிக்கவில்லை. எனக்கு நடிகை 'பசி'

ஷோபாவை மிகவும் பிடிக்கும். அதனால் ஷோபாசக்தி என்று வைத்துக்கொண்டேன். 'ஷோபாசக்தி' ஆனபிறகு, எழுதிய கதைகளைத்தான் தொகுப்பாக்கியுள்ளேன். அன்ரனிதாசன் எனும் பெயரில் எழுதியவற்றை மூடி மறைத்துவிட்டேன். ஆனாலும், சிலர் அவற்றைக் கண்டுபிடித்து இணையத்தில் பதிவேற்றி வருகிறார்கள். அவையெல்லாம் தமிழ்த் தேசியத்துக்காக அறைகூவும் கதைகளும் கவிதைகளும். ஷோபாசக்தி என்கிற பெயரில் நான் எழுதிய முதல் கதை 'எலி வேட்டை'.

- *புலிகள் அமைப்பிலிருந்து விலகி, அகதி வாழ்க்கை, இலக்கியம் எனச் சென்ற நீங்கள் தீவிரமான புலி எதிர்ப்பு என்ற நிலைப்பாட்டுக்கு எப்போது வந்தீர்கள்?*

நான் புலிகள் அமைப்பில் 1983 ஆம் ஆண்டு சேர்ந்து, 1986 ஆம் ஆண்டு வெளியேறிவிட்டேன். ஆனால், புலிகளைப் பகிங்கிரமாக எழுதி எதிர்க்கத் தொடங்கியது 1998 இல் தான். நான் அந்த இடத்துக்கு வந்து சேருவதற்கு பன்னிரண்டு ஆண்டுகள் ஆனது. இந்தக் காலங்களில் நான் எழுதாமலும் இல்லை. ஏதோ சொற்பமாகவேனும் எழுதியுள்ளேன். இந்தக் காலத்தில் தமிழ் தேசியத்திற்கு ஆதரவான பிரதிகளையும் எழுதியுள்ளேன்.

இந்த தேசியவாதப் போக்கிலிருந்து நான் என்னைத் துண்டித்துக்கொண்டு, தமிழ்த் தேசியத்தையும், புலிகளையும் தீவிரமாக எதிர்க்கும் நிலைக்கு வந்ததற்கு முக்கியமான காரணம், நான் கம்யூனிஸ்ட் கட்சியில் இயங்கியபோது தேசியவாதம் குறித்து நடந்த உரையாடல்கள். அதைவிடவும் முக்கியமாகப் புலிகளின் செயற்பாடுகளே என்னை அவர்களை நோக்கி விமர்சிக்கத் தூண்டின. அவர்கள் முஸ்லிம்களைக் கட்டிய துணியோடு இருபத்துநான்கு மணி நேரத்தில் வடக்கிலிருந்து வெளியேற்றியது, நாடு கடந்து வந்தும் பயங்கரவாதச் செயல்களில் ஈடுபட்டது, பாரிஸில் தோழர் சபாலிங்கத்தைச் சுட்டுக்கொன்றது என்று ஏராளமானதைக் குறிப்பிட்டுச் சொல்லலாம். எழுதியதற்காக ஒரு மனிதனைச் சுட்டுக்கொல்வதா? புலிகள் மேலும் மேலும் வன்கொடுமை அமைப்பாக மாறிக்கொண்டிருந்ததால், இனி விமர்சித்துத்தான் ஆக வேண்டும் என்று முடிவெடுத்தேன். நான் இந்த முடிவை இயக்கத்தைவிட்டு வந்த மறுநாளே எடுக்கவில்லை. பன்னிரண்டு ஆண்டுகளாயிற்று. நான் புலி

எதிர்ப்பாளன் ஆவதற்குக் காரணம் புலிகளே. ஆம், அவர்களே என்னைப் புலி எதிர்ப்பாளன் ஆக்கினார்கள்.

■ *புலி எதிர்ப்பை முன்வைத்ததால், உங்களுக்கு அச்சுறுத்தல்கள் வந்தனவா?*

பலமுறை உடல் ரீதியான தாக்குதல் எத்தனங்கள் நிகழ்ந்தாலும், ஓரிரு தடவைகள்தான் வசமாக அவர்களிடம் சிக்கினேன். புலிகள் - சந்திரிகா கூட்டின்போது, இதன் பின்னால் உள்ளது சமாதானம் அல்ல, போர்த் தயாரிப்பு முன்னேற்பாடுகளே என 'தொழிலாளர் பாதை' பத்திரிகையில் எழுதி, அதை மக்களிடம் எடுத்துச் சென்றோம். அதற்கு அடித்தார்கள். மே தின ஊர்வலத்தில் வைத்துத் தாக்கினார்கள். தெருவில் பத்திரிகை விற்றுக்கொண்டு நிற்கும்போது தாக்கி, பத்திரிகைகளைப் பறித்துச் சென்றிருக்கிறார்கள். அவ்வப்போது சில பல மிரட்டல்கள் வரும். இப்போது இந்தத் தமிழகப் பயணத்தில்கூட, ஒரு புத்தக வெளியீட்டு விழாவுக்குச் சென்று வரும்போது ஒருவர், 'டேய் ஷோபாசக்தி புக் ஃபேருக்கு வாடா உதைக்கிறேன்' என்று கத்தினார். நான், 'நன்றி தோழர்' என்று சொல்லிவிட்டு வந்துவிட்டேன். விசாரித்தபோது ஏதோ தமிழ்த் தேசிய அமைப்பைச் சேர்ந்தவராம். 2009-க்குப் பிறகு உடல் ரீதியான அச்சுறுத்தல்கள் குறைந்திருக்கின்றன. இரண்டு மாதங்களுக்கு முன்பு பாரிஸில், கிழக்கு முன்னாள் முதலமைச்சர் பிள்ளையானின் 'வேட்கை' நூல் விமர்சனக் கூட்டத்தில் அந்த நூலைப் பெருமளவு மறுத்துப் பேசினேன். ஆனால், புலிகளின் ஆதரவாளர்களின் நோக்கமோ அந்தப் புத்தகத்தைப் பற்றிப் பேசவே கூடாது என்பதாக இருந்தது. அந்தக் கூட்டத்திற்கு முன், முப்பது பேர் கும்பலாக வந்து, அரங்குக்குள் போய் புத்தகங்களை எல்லாம் எடுத்து வந்து கொளுத்தி, எங்களை உள்ளே போகக் கூடாதென மிரட்டிப் பிரச்சினை பண்ணினார்கள். அவர்கள் அடிப்பதற்கு என்றே வந்திருக்கிறார்கள். நாங்களும் நிறைய பேர் இருந்தோம். ஆனால், சண்டை வேண்டாம் என அமைதியாக இருந்தோம். பிறகு ஆயுதப்படை போலீஸ் வந்து அவர்களை அப்புறப்படுத்தியதும் நிகழ்ச்சி நடந்தது. இப்படித் தொடர்ந்து நடந்துகொண்டுதான் இருக்கிறது.

எழுதியதற்காகவும், மாற்றுக் கருத்துகளைப் பேசியதற்காகவும் ஐரோப்பாவிலேயே பல சிறுபத்திரிகையாளர்கள் தாக்கப்பட்டனர். கனடாவில் 'தேடகம்' நூலகத்தையே புலிகள் கொளுத்திப்போட்டார்கள். யாழ்ப்பாண நூலகத்தை இலங்கை அரசு கொளுத்தியதற்கும் இதற்கும் என்ன வேறுபாடு?

- 2009-க்குப் பிறகு புலிகள் இல்லை. இலங்கை அரசுக்கு நெருக்கடி கொடுக்கவோ, தமிழர்களுக்காகப் போராடவோ யாருமே இல்லாத சூழல். 'புலிகள் இருந்திருக்கலாமோ' என்று நினைத்திருக்கிறீர்களா?

புலிகள் அழிய வேண்டும் என யாருக்கு ஆசை? புலிகள் தமது அரசியல் நிலைப்பாட்டை மாற்றிக்கொள்ள வேண்டும் என்பதைத் தானே அவர்கள் இருக்கும்போதிலிருந்தே வலியுறுத்தி வந்தேன்! அவர்கள் ஆயுதப் போராட்டத்தை நிறுத்திக்கொண்டு பேச்சு வார்த்தைக்குச் செல்ல வேண்டும், அதன்மூலம் ஒரு தீர்வை எட்ட வேண்டும் என்பதுதான் என் கோரிக்கையாக இருந்தது. அதற்கான வாய்ப்புகளும் நிறைய இருந்தன. புலிகளை இலங்கை அரசுக்குச் சமமாகச் சர்வதேசம் மதித்து ஐந்து பெரிய நாடுகளின் அனுசரணையில் பல சுற்றுப் பேச்சுவார்த்தைகள் நடத்தப்பட்டன. அந்த வாய்ப்புகளைப் புலிகள் தவறவிட்டனர். இலங்கை அரசு பேச்சுவார்த்தைகளுக்கு நம்பகமானவர்களில்லை என்ற போதிலும், சர்வதேசத்தின் மத்தியஸ்தத்தில் ஓர் அமைதி உடன்பாட்டைக் கொண்டுவந்திருக்க முடியும். சர்வதேசத்தின் மத்தியஸ்தத்தில் அந்த உடன்பாட்டைக் காப்பாற்ற இலங்கை அரசுக்கு அழுத்தம் கொடுத்திருக்க முடியும். அமைதி உடன்பாடு இலங்கை அரசுக்கு அல்லாமல் எங்களுக்கே அவசியமாக இருந்தது. ஏனெனில், போரால் பாதிப்புக்கு உள்ளாகிச் செத்துக்கொண்டிருந்தவர்களில் 90 விழுக்காடானோர் தமிழர்கள்தான்.

இந்த ஆயுதப் போராட்டம் நிச்சயம் நம்மை அழிவுக்குத்தான் இட்டுச் செல்லும் என அப்போதே கூறிவந்தோம். புலிகள் தங்கள் போக்கை மாற்றிக்கொள்ளவில்லை. அது இவ்வளவு பெரிய பேரழிவுக்குக் காரணமானது. எந்த மனிதர் இறப்பதும், கொல்லப்படுவதும் நமக்கு வருத்தம்தான். விடுதலைப் புலிகள் எனும் அமைப்பு இருந்திருக்க வேண்டும். ஆனால், அவர்கள் தங்கள் அரசியல் முகத்தை மாற்றியிருக்க வேண்டும்.

புலிகளுக்குப் பின்னான இந்தக் காலகட்டத்தைப் பார்த்தோம் என்றால், எம்மிடம் எந்த வலுவான அரசியல் தலைவர்களும் கிடையாது. எல்லாத் தலைவர்களையும் கொன்றொழித்தாகி விட்டது. புலிகள் கொன்றது பாதி; இலங்கை அரசும் அதன் துணைப்படைகளும் கொன்றது மீதி. 1983-க்கு முன் நாங்கள் எந்த அரசியல் தலைவர்களை எதிர்த்து, எந்தப் பாராளுமன்ற ஊழல் அரசியல்வாதிகளை எதிர்த்து அரசியலில் இறங்கினோமோ, அந்த இடத்துக்கே மீண்டும் வந்து நிற்கிறோம். இயக்கங்கள் அரசியலில் நுழையும்போது; வக்கீல்கள், நீதிபதிகள், மேட்டுக்குடி வெள்ளை வேட்டிக் கள்வர்கள்தான் மக்களிடம் அரசியல் செல்வாக்கு மிகுந்தவர்களாக இருந்தார்கள். எங்களது போராட்டம் முதலில் அவர்களை மக்களிடமிருந்து அந்நியப்படுத்துவதாகவே இருந்தது. அதைச் செய்து முடித்தோம். ஆனால், மீண்டும் அவர்களே நமது மக்களுக்குத் தலைமை ஏற்றிருக்கிறார்கள். அவலம்!

அடுத்த தலைமுறையாவது நம்பிக்கைத் தருவதாக அமைய வேண்டும். எதுவாகினும் சரி, நான் நாட்டைவிட்டு வந்து இருபத்தைந்து வருடங்களாகின்றன. தங்களுடைய எதிர்காலம் எப்படி இருக்க வேண்டும் எனத் தீர்மானிக்க வேண்டியது அங்கேயிருக்கும் இன்றைய தலைமுறை இளைஞர்கள்தாம். முக்கியமாக, பகை மறப்பு நிகழ வேண்டும். முதல் கட்டமாகத் தமிழர்களுக்கும் முஸ்லிம்களுக்கும்! அடுத்து சிறுபான்மையினரான தமிழர்கள், முஸ்லிம்களுக்கும் சிங்கள மக்களுக்கும்!

முப்பது வருட யுத்தம். ஒவ்வொருவருக்கும் ஒவ்வோர் அனுபவம்; ஒவ்வொருவருக்கும் ஒவ்வோர் இழப்பு; ஒவ்வொருவருக்கும் ஒவ்வொரு வன்மம். இவையெல்லாம் ஆற காலம் எடுக்கும். அதற்கான வேலைகளும் நடந்துகொண்டுதான் இருக்கின்றன. எதிர்காலத்தில் இலங்கையின் அரசியல் போக்கைப் பாராளுமன்ற அரசியலே வழிநடத்தும். இப்போதும்கூடத் தமிழர்களுக்கு வாக்குப் பலம் இருக்கிறது. மைத்ரிபால சிறிசேனா கூட தமிழர்களின் வாக்குப் பலத்தில்தான் வென்றார். சிறுபான்மை இனங்கள் தங்களது வாக்குப் பலத்தை ஒன்றிணைத்து அரசியல் செய்வதின் வழியேதான் இனி, சிங்களப் பேரினவாத அரசியலை எதிர்கொள்ள முடியும்.

■ புலிகள் இயக்கத்தில் முதல் நம்பிக்கை இழப்புக்குக் காரணமாக அவர்கள் பேச்சுவார்த்தைகளில் ஈடுபட்டதைச் சொல்கிறீர்கள். இப்போது, நீங்களே நாடாளுமன்றப் பாதை, பேச்சு வார்த்தையை நோக்கித் தமிழர்களை நகரச் சொல்கிறீர்களே?

இனிப் பேச்சுவார்த்தை இல்லை; ஆயுதப் போராட்டம்தான் எனக் கருதியது எண்பதுகளின் காலகட்டத்தில். அதற்குப் பின்னான காலங்களில் அனுபவமே பேராசானாக அமைந்தது. எல்லாத் தத்துவங்களைவிடவும் அனுபவமே பேராசான். 1970-களுக்குப் பிறகு இலங்கையில் நடைபெற்ற ஆயுத எழுச்சிகள் எல்லாமே — அதைத் தமிழர்கள் முன்னெடுத்தாலும், சிங்களவர்கள் முன்னெடுத்தாலும் — இரத்த வெள்ளத்திலே அரசால் தோற்கடிக்கப்பட்டன. இலங்கை மிகச் சிறிய நாடு. ஆனால், அது உள்நாட்டுப் போர்களில் கொடுத்த விலை மிக மிக அதிகம். இலட்சக்கணக்கான உயிர்களைப் பலிகொடுத்தும் அற்ப வெற்றியையும் அடைய முடியாதவர்களானோம்.

இந்த அனுபவத்திலிருந்துதான் ஆயுதப் போராட்ட அரசியலே இனி வேண்டாம் என்கிறேன். இனி எந்தக் காலத்திலும் ஆயுதப் போராட்டம் பொருத்தமற்றது. எந்த நாட்டுக்கும் பொருத்தமற்றது. கியூபா போராட்டம், வியட்நாம் போராட்டக் காலங்களும் அரசியல் சூழல்களும் இன்றிலிருந்து முற்றிலும் வேறானவை. சோவியத் யூனியன் வலுவாக இருந்த காலம் அது. மேற்சொன்ன போராட்டங்களுக்கு எல்லாம் சோவியத் யூனியன் உற்ற துணையாக நின்றது. உலக முதலாளித்துவ அரசுகள் இன்று உள்ளதுபோல இறுக்கமான வலைப்பின்னலமைப்பும் மிருகத்தனமான இராணுவ வலிமையும் பெற்றிராத காலங்கள் அவை.

இன்று அரசுகளுக்கு எதிராக ஆயுதப் போராட்டத்தை முன்னெடுக்கும்போது, ஓர் அரசுக்கு ஆதரவாகப் பல்வேறு அரசுகள் குவிந்துவிடுகிறார்கள். இதுதானே ஈழத்திலும் நடந்தது! ஈழ இறுதிப் போரில் மருத்துவக் குழு எனும் போர்வையில் இந்தியாவிலிருந்து இராணுவ நிபுணர்கள் வந்து, இலங்கை இராணுவத்தை வழிநடத்தினார்கள். கடைசி நான்கு வருடங்கள் புலிகளுக்கு ஒரு துப்பாக்கிக் குண்டுகூட வெளிநாட்டிலிருந்து வரவில்லை. இந்தியக் கடற்படை, இலங்கைக் கடற்பரப்பின்

பகுதிகளைக் கண்காணித்து, இலங்கை அரசுக்குத் தகவல் சொல்லி, புலிகளின் கப்பல்களை மூழ்கடிக்கச் செய்தது.

இலங்கை, இந்தியாவுக்குக் கீழே தொங்கிக்கொண்டிருக்கும் சின்னஞ்சிறு தீவாகப் புவியியல் ரீதியாக அமைந்ததுதான் பெரும் துன்பமாகப் போய்விட்டது. தனது விருப்பங்களுக்கு மாறாக இலங்கையில் சிறு அரசியல் மாற்றம் நிகழ்வதையும் இந்திய அரசு அனுமதிக்கப் போவதில்லை. இந்திரா காந்தி ஈழப் போராளிகளுக்கு ஆதரவு கொடுத்ததுகூட ஜெயவர்த்தனேவைத் தன் கட்டுப்பாட்டுக்குள் வைத்துக் கொள்ளத்தான். எங்கள் மூலமாக ஜெயவர்த்தனேவுக்குத் தலையிடியைக் கொடுத்து, அவர் இந்தியாவின் காலடியில் வந்தபிறகு, எங்களிடம், 'போதும் பேச்சு வார்த்தைக்குச் செல்லுங்கள்' என்று சொன்னது இந்திய அரசு. ஆக, எங்களது போராட்டத்தின் நிகழ்வுப்போக்கை இந்தியா உட்படப் பல ஏகாதிபத்திய நாடுகளே முடிவு செய்தன. இவை எல்லாவற்றையும் தீர யோசித்தே ஆயுதப் போராட்டத்தை நிராகரிக்கிறேன். நான் மட்டுமல்ல, இன்று இலங்கையிலிருக்கும் எந்த அரசியலாளரோ, அறிவுஜீவியோ ஆயுதப் போராட்டத்தை முன்னிறுத்துவதில்லை.

■ *விடுதலைப் புலிகள், இலங்கை அரசாங்கம் இரண்டின் வன்முறைகளையும் பேசுகிறேன் என்கிறீர்கள். ஆனால், உங்களது பேச்சில் புலிகள் பற்றிய விமர்சனங்கள் மட்டுமே அதிகமிருப்பதாகப் படுகிறதே?*

நான் தமிழில் மட்டும் இயங்குபவன் இல்லை. என்னுடைய புத்தகங்கள் பிற மொழிகளிலும் வருகின்றன. அவற்றாலும் திரைப்பட உலகிற்கு நான் சென்றதாலும் ஏராளமான சர்வதேச அரங்குகளிலும், ஊடகங்களிலும் குரல் ஒலிக்கும் வாய்ப்பைப் பெற்றுள்ளேன். வருடம் முழுவதும் பேசிக் கொண்டுதானிருக்கிறேன்.

எல்லா இடங்களிலும் இலங்கை அரசுக்கு எதிராக நான் குரல் கொடுத்துத்தான் வருகிறேன். அங்கெல்லாம் பெரும்பாலும் புலிகள் பற்றிப் பேசியதில்லை; பேச வேண்டிய அவசியமுமில்லை. ஆனால், தமிழ்ச் சூழலில் உங்களுடன் பேசும்போது, இலங்கை அரசாங்கம் கொடுமையானது; இலங்கை அரசாங்கம் பாசிசமானது

என்று நான் சொல்லி உங்களுக்குத் தெரிய வேண்டியதில்லை. ஏனென்றால், அது உங்களுக்கே நன்கு தெரியும். உங்களுக்குத் தெரியாத சில விஷயங்களைப் பற்றித்தான் உங்களிடம் நான் பேச வேண்டும். புலிகள் தரப்புப் பற்றி உங்களுக்குத் தெரியாது. அதற்கான வாய்ப்புகளும் இல்லை. அந்தச் சூழலில்தான் என்னைப் போன்றவர்கள் பேசுகிறோம். நான் புலி எதிர்ப்பாளர் என்பதில் மாற்றுக் கருத்தில்லை. ஆனால், அது மட்டுமே நான் அல்ல. நான் இந்திய அரசு எதிர்ப்பாளன், இலங்கை அரசு எதிர்ப்பாளன், சாதி எதிர்ப்பாளன், பார்ப்பன எதிர்ப்பாளன், ஆணாதிக்க எதிர்ப்பாளன், இந்துத்துவ எதிர்ப்பாளன், பி.ஜே.பி. எதிர்ப்பாளன் எல்லாமும்தான். 2009-க்குப் பிறகு எல்லோரும் பேசலாம். ஆனால், இலங்கையில் புலிகளின் அராஜகத்திற்கு எதிராக அநேகர் குரல் கொடுக்கத் துணியாத காலத்தில், மூச்சுவிட்டாலும் சுட்டுக்கொல்லப்படும் சூழலில், நாங்கள் புலம் பெயர்ந்த நிலையில் ஐம்பது பேராவது இந்த அநியாயங்களுக்கு எதிராகச் சிறுபத்திரிகைகளை நடத்தினோம், ஆர்ப்பாட்டங்களை நடத்தினோம், கருத்தரங்குகளை நடத்தினோம் என்கிற வரலாறு உண்டு எங்களுக்கு.

■ நாடாளுமன்றப் பாதையில் புலிகள் சென்றிருக்க வேண்டும் எனச் சொல்கிறீர்கள். ஆனால், அந்தப் பாதையில் சென்ற டக்ளஸ் தேவானந்தா, கருணா, பிள்ளையான்களால் மக்களின் அரசியலை முன்னெடுக்க முடியவில்லையே?

உண்மைதான். ஆனால், கருணாவும் பிள்ளையானும் தொடர்ந்து ஆயுதம் ஏந்திப் போராடியிருந்தால், கிழக்கிலும் ஒரு முள்ளிவாய்க்கால் நிகழ்ந்திருக்கும். கிழக்கிலும் இரண்டு இலட்சம் பேர் கொல்லப்பட்டிருப்பார்கள். நீங்கள் சொன்னவர்கள் ஜனநாயகத்தின் மீதுள்ள விருப்பால் நாடாளுமன்ற அரசியலுக்குத் திரும்பியவர்கள் அல்ல. புலிகளிடமிருந்து தம்மைக் காப்பாற்றிக்கொள்ள இலங்கை அரசு பக்கம் சாய்ந்து, அதன் வழியே ஆயுதங்களை ஒப்புக்குக் களைந்துவிட்டு நாடாளுமன்றத்திற்குப் போனவர்கள். சமயம் கிடைத்தால் கொலை செய்யவும் தயங்காதவர்கள். செய்துமிருக்கிறார்கள்.

நான் சொல்வது நேர்மையும் ஜனநாயகப் பற்றுமுள்ள இனவெறுப்பற்ற நாடாளுமன்ற அரசியல். இன்று உலகில்

நடைமுறையில் இருக்கும் ஆட்சி வடிவங்களில் நாடாளுமன்ற அரசியல் முறையே சிறந்ததாக இருக்கிறது என்பதை நாம் ஏற்றுக்கொள்ளத்தான் வேண்டும்.

- புலி எதிர்ப்பு, பிரபாகரன் மீதான விமர்சனங்களை முன்வைத்தாலும் தமிழகத்தில் பல மட்டத்தில் போராட்டக் களத்தில் நிற்கும் திருமாவளவன் தொடங்கி இன்றைய பல இளைஞர்கள் வரை பிரபாகரனையே தங்கள் ஆதர்சப் போராளியாக முன்னிறுத்துகிறார்கள். தலித் அரசியலைப் பேசும் கோபி நயினார்கூட 'அறம்' படத்தின் நாயகிக்கு மதிவதனி எனப் பெயர்வைக்கிறார். எல்லோருக்கும் ஆதர்சமான போராளியாகப் பிரபாகரன் இருப்பதைப் பற்றி என்ன நினைக்கிறீர்கள்?

பிரபாகரனை ஆதர்சமாகக் கொள்வதில் எந்தத் தவறுமில்லை. அவர் தனது பதினாறாவது வயதில் வீட்டைவிட்டு வெளியேறி, தலைமறைவாக இருந்து, போராடி, பெரும் இயக்கத்தைக் கட்டியெழுப்பி, உலக அளவில் தமிழர்களின் பிரச்சினைகளை அறியச் செய்தவர். அவர் நிச்சயமாகச் சாதி எதிர்ப்பாளர்தான். அதில் எனக்கு மாற்றுக் கருத்து இல்லை. என்னுடைய விமர்சனம் அவரின் அரசியல் வழிமுறைகளைப் பற்றித்தான். நான் புலிகளின் எல்லா அரசியல் வழிமுறைகளையும் எதிர்க்கவில்லையே. 'பொது இடத்தில் சாதி பேசினால் குற்றம், அதற்குத் தண்டனை' எனச் சட்டம் போட்டார்கள், மணக்கொடைத் தடைச் சட்டத்தைக் கொண்டுவந்தார்கள். இவற்றையெல்லாம் நான் எதிர்த்தேனா? புலிகளின் தவறான செயல்களை, தவறான அரசியல் நிலைப்பாடுகளைத்தான் நான் எதிர்த்தேன். தமிழ்நாட்டில் உள்ளவர்களுக்கு மட்டுமல்ல, எங்களது மக்களுக்கும் தெளிவில்லாத பல அரசியல் சிக்கல்கள் உள்ளன. அதை நாம் உடைத்துச் சொல்லித்தானே ஆக வேண்டும். அப்படிச் சொல்லும்போது, அறம் உள்ளவர்கள் கேட்டுக்கொள்வார்கள்.

இப்போது கவுரி லங்கேஷ் சுட்டுக் கொல்லப்பட்டார். அதைக் கேட்டு நாம் எப்படிக் கொதித்தெழுந்தோம், வெகுசன மக்கள் எழாவிட்டாலும் எழுத்தாளர்களும் ஜனநாயகச் சக்திகளும் கொதித்தெழுந்தோம் இல்லையா? இதுபோல புலிகள் எத்தனை எழுத்தாளர்களைக் கொன்றொழித்தார்கள்! ராஜினி திரணகம, செல்வி, சபாலிங்கம் என எத்தனை பேர்! ஆக,

கவுரி லங்கேஷுக்கு வைக்கப்படும் அதே அளவுகோல் தானே செல்விக்கும் வைக்கப்பட வேண்டும். புலிகளை ஆதரியுங்கள். அவர்கள் தியாகம் செய்திருக்கிறார்கள். உயிரைப் பணயம் வைத்துப் போராடியிருக்கிறார்கள். அதில் ஒரு மாற்றுக் கருத்தும் இல்லை. அதேவேளையில் நாம் சொல்லும் விமர்சனங்களையும் மன்றாட்டுகளையும் தயவுசெய்து காதுகொடுத்துக் கேளுங்கள். விமர்சனத்தையே ஏற்காத, மாற்றுக் கருத்தையே சகிக்காத ஒரு தலைமையாகப் பிரபாகரன் உருவெடுத்ததற்கு விமர்சனமற்ற இந்த வழிபாடும் ஒரு காரணம் என்பதை உணருங்கள்.

■ மணக்கொடைத் தடுப்புச் சட்டம், சாதி பேசத் தடை ஆகியவற்றைப் புலிகள் இயக்கம் கொண்டுவந்தார்களே, அது தமிழ் மக்களிடையே என்னவிதமான தாக்கத்தை ஏற்படுத்தியது. அது இன்று வரைக்கும் நீடிக்கிறதா?

மணக்கொடைத் தடைச் சட்டத்தை யாழ்ப்பாணத்தினர் எப்படிக் கையாண்டார்கள் தெரியுமா? கல்யாணம் இங்கே நடக்கும். பணப் பரிமாற்றம் வெளிநாட்டில் நடக்கும். சாதியைப் பொறுத்தவரை, புலிகளின் சட்டத்திலே சாதி பேசத் தடை இருந்தது; அவ்வளவுதான். இலங்கை அரசு 1957-லேயே இந்தச் சட்டத்தைப் பிறப்பித்து இருந்தது. ஆனால், அவை சட்டமாகத்தான் இருந்தன. இந்தியாவில் வன்கொடுமைத் தடுப்புச் சட்டம்போல. இந்தச் சட்டங்களால் சாதியின் ஒரு வேரைக்கூடப் பிடுங்க முடியவில்லை. சாதி ஒழிப்பு என்பது எவ்வளவு பெரிய வேலைத் திட்டம்! சமூகத்தில் செய்ய வேண்டிய அடிப்படை வேலைத் திட்டம். அதைப் புலிகள் செய்யவில்லை என்பதுதான் என் வருத்தம்.

ஈழ வரலாற்றிலேயே முதன்முதலாக எழுந்த வெள்ளாளர் அல்லாத தலைமை, புலிகளே. ஆனால், அவர்கள் சாதியொழிப்பில் கவனம் செலுத்தினால் யாழ்ப்பாணத்தின் ஆதிக்கச் சாதிகளிடமிருந்து குறிப்பாக, அனைத்து சமூக - பொருளியல் அதிகாரங்களையும் தங்கள் கைகளில் வைத்திருக்கும் வெள்ளாளர்களிடமிருந்து தாங்கள் ஆதரவை இழக்க வேண்டியிருக்கும் என நினைத்தார்கள். இதை அடேல் பாலசிங்கமே தனது நூலான 'சுதந்திர வேட்கை'யில் சாடைமாடையாகக் குறிப்பிட்டிருப்பார்.

- *1983 இல் தமிழீழம்தான் தீர்வு என இயக்கத்தில் சேர்ந்த நீங்கள், எந்த இடத்தில் அந்தக் கருத்திலிருந்து விலகினீர்கள்?*

இன்று வரைக்கும் எனக்குத் தமிழீழம் தவறான கோரிக்கை அல்ல. இதை நான் மட்டுமல்ல, டக்ளஸ் தேவானந்தாவைக் கேட்டால் அவரும் அப்படித்தான் சொல்வார். ஆனந்தசங்கரி சொல்லியே இருக்கிறார். நாங்கள் ஆயுதம் தூக்கியதற்கும், தமிழீழம் கோரியதற்கும் போதுமான நியாயங்கள் எங்களிடம் இருக்கின்றன. அவற்றை இலங்கை அரசே ஏற்படுத்திக் கொடுத்தது. ஏனென்றால், அவ்வளவு இனக் கலவரங்கள், அவ்வளவு இன ஒடுக்குமுறை, அவ்வளவு புறக்கணிப்புகளைச் சந்தித்திருக்கிறோம். ஆக, நாங்கள் தமிழீழம் கேட்டதில் எந்தப் பிழையும் இல்லை. இப்போது கிடைத்தால்கூட நாங்கள் அங்கே குடியேறிவிடுவோம். பிரச்சினை என்னவென்றால், அதற்குச் சாத்தியமில்லை என்பதுதான்.

இந்த ஆயுதப் போராட்டம் வெல்லப்போவதில்லை என்பது எப்போது தெரியவந்தது என்றால், இந்தியா - இலங்கை ஒப்பந்தம் வந்தபோதுதான். இந்தியா நமது ஆயுதப் போராட்டத்துக்கு எதிராகத் திரும்புகிறது; பலவந்தமாக ஆயுதத்தை நம்மிடமிருந்து களைகிறது. இந்தியா எனும் பெரிய சக்தியை மீறி இலங்கையில் நாங்கள் தமிழீழத்தை ஏற்படுத்த முடியாது என்ற புரிதல் ஏற்பட்டது. இது ஓர் அவநம்பிக்கையான கூற்றாக உங்களுக்குப் படலாம். ஆனால், நான் சொல்வது புவியியல், இராணுவவியல், சர்வதேச அரசியல் போன்ற வலுவான காரணிகளின் அடிப்படையில். இலங்கை - இந்திய ஒப்பந்தத்திற்குப் பின்பு நடந்த விஷயங்கள் அதை உறுதிப்படுத்தின.

- *நீங்கள் தலித் அரசியல் பேசியபோது, 'ஈழச் சமூகத்தில் இல்லாத அரசியலை இறக்குமதி செய்வதாக' விமர்சிக்கப்பட்டதே?*

'தலித்' என்பது தமிழ் வார்த்தை இல்லை என்றார்கள். 'தேசியம்' தமிழ் வார்த்தை இல்லை; 'துப்பாக்கி' தமிழ் வார்த்தை இல்லை; அவ்வளவு ஏன், 'பிரபாகரன்' கூடத் தமிழ் வார்த்தை இல்லைதான்! இதுவா அரசியல் விமர்சன அளவுகோல்?

எங்கேயோ இருந்த கார்ல் மார்க்ஸ், லெனின், பிடல், சேகுவேரா எல்லாம் ஈழத்துக்கு வந்துவிட்டார்கள். ஆனால், அருகிலேயே

இருக்கும் அம்பேத்கரையும் பெரியாரையும் நாங்கள் பேசினால் அது இறக்குமதியா? இன்றுவரை இட ஒதுக்கீடு குறித்தோ, இந்துத்துவ ஒழிப்பு குறித்தோ சிந்தித்தறியா ஒரு சமூகத்திடம் நாம் பேசிக் கொண்டிருக்கிறோம். ஆனால், தர்க்கபூர்வமாகப் பேசிக் கொண்டிருக்கிறோம். அதை எதிர்கொள்ள முடியாதபோது, இப்படியெல்லாம் முனகத்தான் செய்வார்கள்.

■ *இன்றைக்கு அம்பேத்கரை முன்னிறுத்துபவர்கள் சிலர் பெரியாரை நிராகரிப்பது குறித்து?*

அம்பேத்கரை முன்னிறுத்திப் பெரியாரை நிராகரிப்பவர்களை மட்டுமல்லாமல், பெரியாரை முன்னிறுத்தி அண்ணல் அம்பேத்கரை நிராகரிப்பவர்களைக் குறித்தும் நாம் பேச வேண்டும். அண்ணல் அம்பேத்கரின், பெரியாரின் கருத்தியல்களை ஆழப் பயிலாமல் வெறும் பிம்ப வழிபாடு செய்பவர்களினால் எழும் கோளாறுகள் இவை. ஒருவர் தனது அரசியல் அடையாளமாக யாரை முன்னிறுத்துவது என்பது அவரது உரிமை. அண்ணல் அம்பேத்கரையே தனது முதன்மை வழிகாட்டியாக ஏற்ற ஒருவரிடம் போய், 'நீ ஏன் பெரியாரைப் பேசவில்லை' எனக் கேள்வி கேட்பது அவசியமற்றது. அவரவர் தனக்குச் சாத்தியமான வழியில் இந்தச் சாதியமைப்பு முறைக்கு எதிராகப் போராடட்டும். அதுதான் முக்கியம்.

அதேவேளையில் பெரியாரை முன்னிறுத்தி அம்பேத்கர் மீது அவதூறுகளோ, அம்பேத்கரை முன்னிறுத்திப் பெரியார் மீது அவதூறுகளோ அல்லது இவர்கள் இருவர் மீதும் மார்க்ஸியத்தை முன்னிறுத்தி அவதூறுகளோ செய்யப்படும்போது, நாம் எதிர்வினையாற்றியே தீரவேண்டும். ஆனால், நல்வாய்ப்பாகத் தமிழகத்தில் இயங்கிக் கொண்டிருக்கும் அம்பேத்கரியர்கள் - பெரியாரியர்கள் - மார்க்ஸியர்கள் இடையே ஆழமான கருத்து முரண்களோ, பரஸ்பரப் பகையோ பெரிதளவில் இருப்பதாகத் தெரியவில்லை. கடந்த இருபது வருடங்களில் இந்தச் சக்திகளிடையே ஒற்றுமை அதிகரித்திருப்பதையும் நான் பார்க்கிறேன். இந்தப் பலம்தான் இன்னும் இந்தப் பூமி இந்துத்துவவாதிகளுக்கு எட்டாக் கனியாக இருப்பதற்குக் காரணம். அம்பேத்கரும் பெரியாரும் இல்லாத அரசியல் இனிச் சாத்தியமில்லை.

சென்றவாரம் இயக்குநர் பா. ரஞ்சித்தோடும் அவரது தோழர்களோடும் நீண்டநேரம் பேசிக்கொண்டிருந்தேன். ரஞ்சித் பெரியாரை நிராகரிப்பதாக ஒரு பேச்சு இங்கு உண்டு. அது குறித்து அவரிடம் கேட்டேன். அவர், பெரியார் மீது தனக்கு விமர்சனங்கள் ஏதுமில்லை என்றுதான் சொன்னார். அப்படி இருந்தால்தான் என்ன? விமர்சனங்களைக் கவனமாகச் செவி குவித்துக் கேட்கும் மரபல்லவா பெரியார் மரபு. மறு ஆய்வுகள் வழியே தன்னை மறுபடியும் மறுபடியும் புதுப்பித்துக் கொண்டிருந்தவரல்லவா பெரியார்.

நாட்டில் இருக்கிற பிரச்சினையை எல்லாம் விட்டுவிட்டு ஒரு கோஷ்டி 'கபாலி' படத்தில் ஏன் பெரியார் படத்தைக் காட்டவில்லை? எனக் கேள்வி கேட்கிறது. 'கபாலி' படத்தில் 'பறவையைக் கூண்டில் அடைத்து வைக்காதே, அதைச் சுதந்திரமாகப் பறக்கவிடு' எனக் கபாலி ஜீவகாருண்ய வசனமொன்று பேசுவாரல்லவா... அதைச் சொல்வதற்கு முன்பாக 50 பேரைச் சுடுகிறார். சொன்ன பின்பு 100 பேரை வதைத்துச் சுடுகிறார். ரஜினிகாந்தின் பெரும் பிம்பம் வழியே உருவாக்கப்பட்ட அந்த டான் சினிமாவில் நம் அரசியல் மேதைகளுக்கு ஓர் இடமும் தேவையில்லை.

முன்பு ரவிக்குமார், பெரியாரைப் பெருமளவு அவதூறு செய்தார். அதற்கெல்லாம் அப்போதே பதில் கொடுக்கப்பட்டது. அவரும் அண்ணா விருதைப் பெற்றுக்கொண்டு ஓய்ந்துபோனார். திராவிட இயக்கத்தை விமர்சிக்கிறோம் எனச் சொல்லிக்கொண்டு, அ.தி.மு.க-வையெல்லாம் திராவிட இயக்கமாகச் சொல்வது வரலாற்றுக் கயமை. தி.மு.க-வை திராவிட இயக்கத்தின் கருத்தியல் நீட்சியாகப் பெயரளவுக்குச் சொல்லிக்கொள்ளலாம், அவ்வளவுதான். இந்த ஊழல் கட்சிகளை முன்வைத்துத் திராவிட இயக்கத்தின் வரலாற்றுப் பங்களிப்பை அளவிடுவது சரியற்றது.

- *2009 ஈழ இறுதிப் போருக்குப் பிறகு தமிழ்நாட்டில் உருவாகியுள்ள தமிழ்த் தேசிய எழுச்சியைப் பற்றி என்ன நினைக்கிறீர்கள்? 'தமிழ்நாட்டைத் தமிழன்தான் ஆளணும்' என்பது போன்ற கோஷங்கள் முன்வைக்கப் படுகின்றனவே?*

தமிழ்த் தேசிய முழக்கம் என்பது தமிழ்நாட்டுக்குப் புதியது அல்ல. ஆயுதம் ஏந்திய குழுக்கள் கூட இருந்தன அல்லவா! நிறையப் பேர் இந்தக் கருத்தியலைப் பேசியிருக்கிறார்கள். 2009 என்பது ஒரு திருப்புமுனை. நம் பக்கத்தில் உள்ள நாட்டில், நம் மொழியைப் பேசும் மக்கள் கொத்துக் கொத்தாகக் கொல்லப்படும்போது, 'இந்தியாவின் போரை நான் நடத்தியுள்ளேன்' என ராஜபக்ஷே சொன்னபோது, மக்கள் வீதிக்கு வருவது இயல்பானது; வரவேற்கக்கூடியது. எல்லாத் தமிழ்த் தேசியக் குழுக்களும் மற்ற மொழியினரை விரட்டச் சொல்வது இல்லையே!

இன்றைக்குத் திராவிட இயக்கத்தினரின் செயலின்மையும், கம்யூனிஸ்டுகளின் உறுதியற்ற அரசியலும் தமிழ்த் தேசிய சக்திகள் வளர்வதற்கான ஒரு சிறு பாதையைத் திறந்துவிட்டுள்ளன. எல்லா அடிப்படை வாதங்களையும் போல தமிழ் அடிப்படை வாதமும் ஆபத்தான ஒன்றுதான். ஜனநாயகத்தையும், பன்மைத் தன்மையையும் நிராகரித்து இவர்கள் இன வெறுப்பைக் கக்குவார்களானால், நீங்கள் ஒன்றுக்கும் கவலைகொள்ள வேண்டாம். இவர்களால் தமிழக மக்களிடம் செல்வாக்குப் பெறவே முடியாது. இவர்களது எழுச்சியெல்லாம் யூ-டியூப் அளவோடு நின்றுவிடும்.

■ உங்கள் கருத்தோடு முரண்படும் தியாகுவுடன் ஓர் உரையாடல் நிகழ்த்தி, அது புத்தகமாகவும் வெளியானது. அதுபோலப் புலிகள் இயக்கத்தினைச் சார்ந்தவர்களோடு நீங்கள் உரையாடியிருக்கிறீர்களா?

பகிரங்கமான உரையாடல் நிகழ்ந்ததில்லை. ஆனால், இயக்கத்தில் இருந்தவர்கள் என்னுடைய புத்தகங்களை வாசித்திருக்கிறார்கள். பொட்டு அம்மானின் மேஜையில்தான் 'கொரில்லா' புத்தகத்தைப் பார்த்தேன் என்று தமிழ்க்கவி அம்மா எங்கோ சொல்லியிருந்ததாக ஞாபகம். 'ஷோபாசக்தி நூல்களை விற்கத் தடை வேண்டும்' என்ற பேச்சு வந்தபோது 'அவனை நீ எழுதித் தோற்கடி' எனப் புதுவை இரத்தினதுரை சொன்னார் என்றொரு செய்தியையும் யாரோ எழுதியிருந்தார்கள். இப்படி மறைமுக உரையாடல் நடந்துகொண்டுதான் இருந்தது.

■ *ஷோபாசக்தி மீது வைக்கப்படும் குற்றச்சாட்டுகளில் ஒன்று, அவர் சுற்றுப் பயணம் செய்வதற்குப் பணம் எங்கிருந்து கிடைக்கிறது என்பது தான். இதற்கு என்ன சொல்கிறீர்கள்?*

நான் இருபத்தைந்து ஆண்டுகளாக வெளிநாட்டில் இருக்கிறேன். தேவையென்றால் வேலைக்குப் போவேன் அல்லது போக மாட்டேன். இந்தியாவுக்கு வந்துபோக விமான டிக்கெட் எவ்வளவு இருக்கும் என நினைக்கிறீர்கள். 30,000 லிருந்து 35,000 ரூபாய். மற்றச் செலவுகளைக் கணக்கிட்டால் அதிகபட்சம் ஒரு இலட்சம் ஆகுமா? அது நான் வேலைக்குப் போனால் வாங்கும் ஒரு மாதச் சம்பளத்திலும் குறைவான தொகை. வேலைக்குப் போகவில்லை என்றால், என் மாதச் சம்பளத்தில் ஒரு பகுதியை வேலையிழப்புக் காப்புறுதிப் பணமாக மாதா மாதம் அந்நாட்டு அரசாங்கம் தரும். இந்தச் சலுகைக்கும் ஆப்பு வைக்கத்தான் இப்போது பிரெஞ்சு அரசு தீவிரமாக யோசித்துக் கொண்டிருக்கிறது. இது அவர்களது கவலை. இதைப் பற்றி உங்களுக்கு என்னப்பா வருத்தம். நான் வருடம் ஒருமுறை சென்னைப் புத்தகக் காட்சிக்கு வந்துபோவது உங்களுக்குப் பிடிக்கவில்லையா என்ன? என்னுடைய மற்றைய பயணங்கள் எனது நூல்கள் மற்றும் சினிமாக்கள் சம்பந்தமானவை. கையில் வெறும் 300 ஈரோக்களோடு கியூபாவில் ஒரு மாதம் சுற்றித் திரிந்திருக்கிறேன். 'பயணம் செய்யக் காசு தேவையில்லை, கால்கள்தான் தேவை' என்பார் கோணங்கி. என்ன சொல்கிறார்கள் இந்த விமர்சகர்கள்? வேலை என்ற பெயரில் என்னை பாரிஸின் குசினிகளுக்குள்ளேயே நெருப்போடும் புகையோடும் கிடந்து மடிந்துவிடச் சொல்கிறார்களா?

■ *படைப்பாளிகள் மற்ற விஷயங்களில் கவனம் செலுத்திவிட்டால் படைப்புத்தன்மை கெட்டுவிடும் என்பார்கள். நீங்கள் அரசியல் விவாதங்கள் தொடங்கி இணைய விவாதம் வரை பல விஷயங்களுக்கு மல்லுக்கட்டுகிறீர்களே?*

சமகாலப் பிரச்சினைகளைப் பற்றிப் பேசி, விவாதித்து, மாறுபட்ட சக்திகளுடன் உரையாடிக் கருத்துகளைத் தொகுத்துக்கொள்வதன் மூலம்தான் ஒரு படைப்பாளி உத்வேகத்துடன் புதிய விஷயங்களைக் கண்டடைய முடியும். வீட்டு அறையைப் பூட்டிப் போட்டிருந்தால் ஒன்றும் எழுத முடியாது. அதனால்தான்

அசோகமித்திரனின் படைப்புகள் எனக்குப் பிடிக்காமல் போனதோ என்னவோ!

இயங்கிக் கொண்டிருப்பவனால் மட்டுமே நல்ல இலக்கியத்தைப் படைக்க முடியும். ஜெயகாந்தனை அல்லது எஸ்.பொ-வை எடுத்துக்கொள்வோம். அவர்கள் போடாத சண்டையா, கூறாத கருத்தா, ஏறாத மேடையா? தொடர்ந்து இந்தச் சமூகத்துடனும், படைப்பாளிகளுடனும், முரண்பட்டவர்களுடனும் உரையாடிக்கொண்டே இருக்க வேண்டும். அதன் மூலம் தான் நம்மை வளர்த்துக்கொள்ள முடியும். புதியதைக் கண்டடைய முடியும்.

■ தமிழ் இலக்கியத்தில் உங்களை ஈர்த்தவர்கள் குறித்துச் சொல்லுங்கள்?

நிறையப் பேர் இருக்கிறார்கள். கூத்துக் கலையிலிருந்து வந்ததால் குரு - சிஷ்யன் உறவில் எனக்கு நம்பிக்கை உண்டு. என்னை மிக ஆழமாகப் பாதித்த படைப்பாளி எஸ்.பொ. நான் எழுதும்போது பரிசுத்த ஆவிபோல என்னுள் இருப்பார். பூமணியின் 'வெக்கை' நாவல் என்னை மிகவும் பாதித்தது. சாரு நிவேதிதாவின் 'எக்ஸிஸ்டென்ஷியலிசமும் ஃபேன்ஸி பனியனும்' நாவலைப் படித்ததும்தான் நாவல் கட்டமைப்பில் சிதறல்களையும் ஓட்டையையும் போட முடியும் என்ற நம்பிக்கை எனக்கு வந்தது, ரமேஷ் - பிரேம் நல்ல நண்பர்களாக இருந்தார்கள். நிறைய உரையாடியிருக்கிறோம். என் இலக்கிய முன்னோடிகளில் கு. அழகிரிசாமி மிக முக்கியமானவர். சுருக்கிச் சொன்னால் என் முன்னோடிகள் அனைவரிடமிருந்தும் நான் கற்றுக்கொள்ள ஒரே ஒரு விஷயமாவது இருக்கவே செய்கிறது.

■ ஈழத்திலிருந்து எஸ்.பொ. பெயரை மட்டும்தான் குறிப்பிட்டிருக்கிறீர்கள்?

நவீன இலக்கிய எழுத்து என வரும்போது எஸ்.பொ-வை முன்னிறுத்தத் தோன்றுகிறது. அதேவேளையில் மக்களிடம் சென்று கற்றுக்கொண்டு, அவற்றைச் சமூக மாற்றத்திற்கான கதைகளாக உருவாக்கி, அதைக் கிராமம் கிராமமாக எடுத்துச் சென்று பரப்பியவர் தந்தை கே. டானியல். ஓர் எழுத்தாளனின் சமூகப் பொறுப்பையும் அச்சமின்மையையும் நான் அவரிடமிருந்து வரித்துக் கொண்டேன்.

■ *இப்போது என்ன எழுதிக் கொண்டிருக்கிறீர்கள்?*

'இச்சா' எனும் நாவல் எழுதிக்கொண்டிருக்கிறேன். 'சொந்த அனுபவங்களையே சலிப்பூட்டும் சுயசரிதைப் பாணியில் எழுதாமல், தான் அறியாத உலகத்தைத் தன் கற்பனையூடாக உருவாக்குவதே எழுத்தாளர்கள் முன்னுள்ள சவால்' என்பார் சார்லஸ் புக்கோவ்ஸ்கி. நான் இம்முறை அவரது சவாலை ஏற்றிருக்கிறேன். சென்ற ஆண்டின் கடைசியில் எனது சுயசரிதை '*SHOBA - ITINERAIRE D'UN REFUGIE*' பிரெஞ்சில் வெளியானது. இவ்வாண்டு எனது சிறுகதைகள் மொழியாக்கப்பட்டு பிரெஞ்சில் வெளியாகவுள்ளன. மொழிபெயர்ப்பவர் வேறொருவர்தான் என்றாலும் சில விஷயங்களை நான் உடனிருந்து விளக்க வேண்டியுள்ளது. அரைஞாண் கயிற்றை நான் மொழிபெயர்ப்பாளருக்கு விளக்கப் பட்டபாடு பெரும்பாடு. மொழிபெயர்த்தவர் பூணூல் என்று எழுதிவிட்டார். ஏப்ரல் மாதத்தில் அடுத்த படத்தில் நடிக்க வேண்டியிருப்பதால், அதற்குள் மொழிபெயர்ப்பு வேலைகளை முடிக்க வேண்டும்.

■ *2009 ஆம் ஆண்டுக்குப் பிறகு கருணாநிதி மீது தமிழ்த் தேசிய இயக்கங்களுக்கு அதிருப்தி இருந்த நிலையில், நீங்கள் ஒரு புத்தகத்தைக் கருணாநிதிக்குச் சமர்ப்பித்திருந்தீர்களே?*

கலைஞருக்கு என்னுடைய புத்தகத்தைச் சமர்ப்பிக்க முடிவெடுத்த போதே, விமர்சனங்களையும் எதிர்பார்த்தேன். ஆனால், அதெற்கெல்லாம் நான் அசருவதாக இல்லை. நான் என் தமிழ் ஆசானிற்கு ஆற்ற வேண்டிய கடமை அது.

■ *ஈழத்தில் திராவிட இயக்கத்தின் தாக்கம் எந்தளவு இருந்தது?*

மலையகத்தில் மட்டும் சிறிதளவு இருந்தது. அங்கு, தி.மு.க-வின் கிளைகூட ஒன்று இருந்தது. ஜே.வி.பி-யின் முதலாவது கிளர்ச்சிக் காலத்தில், அரசால் அந்தத் தி.மு.க. கிளை தடை செய்யப்பட்டது. அதன் தலைவரும் கைது செய்யப்பட்டார். இப்போது நமது சினிமா ஆய்வாளர்களும், எழுத்தாளர்களும் ஏறுக்குமாறாய் திரைப்படங்களில் பல குறியீடுகளைக் கண்டுபிடிக்கிறார்கள்.

ஆனால், அப்போதே ஜே.வி.பி 'அடிமைப்பெண்' படத்திலேயே குறியீட்டுக் குழப்பம் செய்தார்கள்.

எம்.ஜி.ஆர் அந்தப் படத்தில் பக்கத்து நாட்டில் உள்ள பெண்ணின் தலைமையிலான ஆட்சியை எதிர்ப்பார். அப்போது, இலங்கையில் ஸ்ரீமாவோ பண்டாரநாயகாவின் ஆட்சி நடைபெற்றுக் கொண்டிருந்தது. 'அடிமைப்பெண்' படம் இதைத்தான் சுட்டுகிறது, இலங்கையைத் தாக்கி ஆட்சியைப் பிடிப்பதே தி.மு.க-வின் நோக்கம் என ஜே.வி.பி-யினர் சீரியஸாகவே பரப்புரை செய்தார்கள். அவர்களது கட்சியில் இணைபவர்களுக்கு ஐந்து வகுப்புகள் நடத்தப்படும். அதில் இரண்டாவது வகுப்பில் தி.மு.க. எதிர்ப்பு வலுவாக இருக்கும்.

மலையத்தில் சிறிய அளவு திராவிட இயக்கத்தின் தாக்கம் இருந்ததைத் தவிர்த்துப் பார்த்தால், வேறெங்கும் திராவிட இயக்கத்தின் தாக்கம் இருக்கவில்லை. ஆனால், தி.மு.க.விலிருந்து சிலவற்றை அப்போது தமிழர்களின் மிகப்பெரிய கட்சியான தமிழர் விடுதலைக் கூட்டணி இரவல் வாங்கியிருந்தது. கூட்டணியினரின் சின்னமும் உதயசூரியன்தான். இங்கேயிருந்து கருத்துகளைக் கடன் வாங்கிப் பேசுவார்கள். அங்கேயும் தீப்பொறி அந்தனிசில் என்று ஒரு பேச்சாளர் இருந்தார். 'அடைந்தால் தனிநாடு; இல்லையேல் சுடுகாடு' போன்ற முழக்கங்களும் கடத்திவரப்பட்டன. இவ்வளவுதான்.

■ கருத்தியல் ரீதியாக ஆழமான எந்த விளைவையும் திராவிட இயக்கம் ஏற்படுத்தவில்லையா?

திராவிட இயக்கத்தின் சாதி மறுப்பு, பெண் விடுதலை, இடஒதுக்கீடு, கடவுள் மறுப்பு போன்ற எந்தச் சிந்தனைகளையும் ஈழத் தமிழ் அரசியலாளர்களோ, அறிவுஜீவிகளோ உள்வாங்கிக் கொள்ளவில்லை. அண்ணல் அம்பேத்கரை இன்று வரை ஈழத்து அரசியலாளர்களும், அறிவுஜீவிகளும் உச்சரிக்கக்கூட மறுக்கின்றனர். கேட்டால், இவையெல்லாம் தமிழக இறக்குமதிச் சிந்தனைகள் எனப் பழிப்புக் காட்டுகின்றனர். மார்க்ஸியம், தேசியவாதம், மாவோயிஸம் போன்ற சிந்தனைகளை இவர்கள் ஒருபோதும் இறக்குமதிச் சிந்தனைகள் எனச் சொல்வதில்லை.

- நீங்கள் தீவிர எம்.ஜி.ஆர் ரசிகராக இருந்திருக்கிறீர்கள் என்பதைப் பதிவு செய்திருக்கிறீர்கள். உங்களை எம்.ஜி.ஆர் எந்த அளவுக்குப் பாதித்திருக்கிறார்?

சிறுவயதில், சாதி என்பது இயல்பான விஷயம் என்று மனப் பதிவானது. சாதியைக் கேள்வி கேட்க வேண்டும் என்று யாரும் சொல்லித் தரவில்லை. எங்கள் ஊரில் மாலை ஏழு மணியானால் மனைவியை, கணவன் தெருவில் இழுத்துப்போட்டு அடிப்பது ஓர் இயல்பான விஷயம் என நம்பி வளர்ந்தவன் நான். ஆனால், இவை இயல்பில்லை என்ற அரிச்சுவடியைச் சிறுவயதில் எனக்குக் கற்றுத்தந்தவை எம்.ஜி.ஆர் படங்களும், கலைஞரின் வசனங்களும். எம்.ஜி.ஆர் படங்களின் முக்கியமான அம்சம், சாதி - மத அடையாளங்களை அவர் தன் படங்களில் தவிர்த்தது. அப்படி நடிக்க வேண்டியிருந்தாலும் படகோட்டி, மதுரைவீரன் என்று ஒடுக்கப்பட்ட மக்களின் பாத்திரங்களை ஏற்று நடித்தார். சாதிவெறியூட்டும் இப்போதைய தமிழ் சினிமாக்களைவிட எம்.ஜி.ஆர். படங்கள் ஆயிரம் மடங்கு சிறந்தவை என்பேன்.

- தொடக்கத்தில் சினிமா வழியாகத்தான், சாதி மற்றும் பெண்ணடிமைக்கு எதிரான உணர்வைப் பெற்றதாகக் குறிப்பிட்டீர்கள். ஆனால், இன்றைக்கு சினிமாவில் இயங்குகிற சாதி குறித்து உங்கள் கருத்து என்ன?

எந்தப் புரட்சிகர அமைப்புகளையோ, கம்யூனிஸ்டுகளையோ, திராவிட இயக்கத்தையோ, அம்பேத்கரியத்தையோ அறியாத என்னுடைய கிராமத்து மண்ணில், திராவிட இயக்கத்து சினிமாக்கள் ஒரு தட்டுத் தடுமாறிய தொடக்கமாக எனக்கு அமைந்துபோயின. இன்றைய தமிழ் சினிமாவில் நிகழும் சாதியப் பெருமிதக் கூச்சல்கள் சகிக்க முடியாதவை. அவை சாதியைத் திரை வழியே புலம்பெயர் தேசத்தில் வளரும் குழந்தைகள் வரை கொண்டுவந்து சேர்த்துள்ளன. ஏதாவதொரு திரைப்படத்தில் அங்கொன்றும் இங்கொன்றுமாக அண்ணல் அம்பேத்கர் உருவத்தையோ, பெரியாரின் தாடியையோ காட்டினால், உணர்ச்சிப் பெருக்கில் விம்மிடும் அளவுக்குத்தான் நமது பெரும்பாலான திரை விமர்சகர்களும் உள்ளார்கள். எப்பா! இதையெல்லாம் எம்.ஜி.ஆர் 'உலகம் சுற்றும் வாலிபனி'லும் 'பல்லாண்டு வாழ்க'விலும் 50 வருடங்களுக்கு முன்னமே

காட்டிவிட்டார். நாகராஜ் மஞ்சுளேயின் ‘ஃபன்ட்ரி’ போன்ற ஓர் அசலான சாதியெதிர்ப்புப் படத்தைத் தமிழ்த்திரை காணும் நாள் எந்நாளோ என மனம் ஏங்கிக் கிடக்கிறது.

■ *நீங்கள் ஈழத்துக் குடும்ப அமைப்பையும் பார்த்திருக்கிறீர்கள், ஐரோப்பியக் குடும்ப அமைப்பையும் பார்த்திருக்கிறீர்கள். இவற்றுக்கிடையிலான முக்கியமான வித்தியாசங்கள் என்ன? குடும்ப அமைப்பைப் பற்றிய உங்கள் கருத்து என்ன?*

பெரியார் சொன்னதைத் தாண்டி நான் என்ன சொல்லிவிடப் போகிறேன்? திருமணம் செய்வதை கிரிமினல் குற்றமாக்க வேண்டும் என்றார் அவர். ‘குடும்பம் என்பது குட்டி அரசு’ என்றார் கார்ல் மார்க்ஸ். குடும்பம் என்பதே ஒரு வன்முறை அமைப்புதான். ஈழமோ, ஐரோப்பாவோ எல்லா வகையான குடும்ப அமைப்புகளும் ஒரே மாதிரிதான் இருக்கின்றன. ஐரோப்பாவில் உள்ள சமூக நலக் கூடங்களில், ‘மனைவியை அடிப்பது தவறு’ என்று எழுதிப்போட்டுப் பிரச்சாரம் செய்யுமளவுக்கு அங்கே குடும்ப வன்முறைகள் பரவலாக நிகழ்கின்றன. ஐரோப்பாவில் நடக்கும் அதிகமான கொலைகள் தங்களை விட்டுச் சென்ற காதலியை அல்லது மனைவியைக் கொலை செய்வது என்பதாகத்தான் இருக்கிறது. என்னவொன்று, அங்கேயெல்லாம் எளிதாக விவாகரத்து வாங்கிப் பிரிந்துவிடுகிறார்கள். சமூகநல அரசுகள் என்பதால், பெண்களுக்கும், குழந்தைகளுக்கும் ஓரளவு பொருளியல் பாதுகாப்பை அரசே வழங்கிவிடுகிறது. இங்கே, விவாகரத்துக்குச் சட்டம் அனுமதித்தாலும் குடும்பச் சூழல், பொருளாதாரம், கலாசாரம், குழந்தை வளர்ப்பு போன்ற காரணங்களால் ஆணும் பெண்ணும் குடும்ப அமைப்பைப் பெரும்பாலும் சகித்துக்கொள்ள வேண்டியிருக்கிறது.

■ *உங்கள் பதிலிலிருந்து ஒரு முரணான கேள்வி. மனைவி, குழந்தைகள் என்று உங்களுக்கென்று ஒரு குடும்ப அமைப்பை ஏற்படுத்திக் கொள்ளாதது குறித்து வருத்தமிருக்கிறதா?*

இல்லை. இந்த உலகமே என் குடும்பம் தான்!

⊙

பெரியாரியர்களைப் பொறுத்தவரை மகாபாரதமும் அரசியல் பிரதிதான்!

☐ இந்து தமிழ், நவம்பர் 2018

சமகாலத் தமிழின் முதல்நிலை எழுத்தாளன் என்பதைத் தாண்டி; கூத்துக் கலைஞன், போராளி, சர்வதேச அடையாளம் கொண்ட திரைப்பட நடிகர் என்று பல்வேறு முகங்களையுடைய ஷோபாசக்தியின் வாழ்க்கைப் பயணம் பல்வேறு திருப்பங்களைக் கொண்டது. கடந்த நாற்பது ஆண்டுகளில் ஈழத் தமிழர்கள் அடைந்த நெருக்கடிகள், குறுக்குவெட்டாக மேற்கொண்ட பயணங்கள், சந்தித்த முரண்பாடுகளை உலகளாவிய இலக்கியமாக மாற்றிய அரிதான தமிழ் எழுத்தாளர்களுள் ஒருவர். 'கொரில்லா', 'ம்', 'BOX: கதைப் புத்தகம்' ஆகிய நாவல்கள் தமிழிலும், சர்வதேச அளவிலும் கவனம் பெற்றவை. புதுமைப்பித்தன் தொடங்கி வைத்த சிறுகதைச் சாதனை மரபில் இவரது சிறுகதைகள் தன்னையும் இயல்பாகச் சேர்த்துக்கொண்டன.

☐ நேர்கண்டவர்: **த. ராஜன்**

■ போர்க்காலத் துயரங்களை வலியோடு கூடிய நினைவுகளாக மற்றவர்கள் எழுதிக் கொண்டிருக்கும் சூழலில், நீங்கள் அரசியல் பகடியாக்கத்தை ஓர் உத்தியாக எப்படித் தேர்ந்தெடுத்தீர்கள்?

அது உத்தியோ தேர்வோ கிடையாது. என் வாழ்க்கைக்கும் அதிலிருந்து கிளைக்கும் கதைகளுக்கும் அதுதான் விதிக்கப்பட்டது. அறிவுலகுக்கோ, கல்விப்புலத்துக்கோ, அரசியல் அதிகாரத்துக்கோ நூறு ஏணிகள் வைத்தாலும் எட்ட முடியாத வாழ்க்கைப் பின்னணியிலிருந்து வந்தவன் நான். ஐரோப்பாவில் இருபத்தைந்து வருடங்கள் வாழ்ந்தாலும் இன்று வரை இலங்கை உட்பட எந்த நாட்டிலும் குடியுரிமையற்ற அகதி வாழ்வு என்னுடையது. நாடற்றவன்.

வாழ்க்கையில் இதுவரை ஒருமுறைகூட தேர்தலில் வாக்குச் செலுத்தியதில்லை. எங்கேயும் எனக்கு வாக்குரிமை கிடையாது. இந்தச் சூழலிலிருந்து அதிகாரத்தையும், அரசியலையும் எதிர்கொள்ளும் ஒருவனுக்குப் பகடியே இயல்பான ஆயுதம். இலக்கியத்தில் மட்டுமல்ல, அன்றாட வாழ்க்கையிலும் அதுவே ஆயுதம். கிண்டலும் பகடியும் எப்படி ஒடுக்கப்படுபவர்களின் வலுவான ஆயுதங்களாக இருக்கின்றன என்பதை விளக்கி ராஜ்கௌதமன் ஒரு நூலே எழுதியிருக்கிறார்.

■ வடிவத்துக்கும் கலை அம்சத்துக்கும் முக்கியத்துவம் தர நினைத்தது ஏன்?

வடிவமைதியும் கலையும் இல்லாமல் இலக்கியம் ஏது? சினிமா ஏது? வாசகரை வதைத்துப் பாவத்தில் விழக் கூடாது என்பதில் எப்போதும் உஷாராகவே இருக்கிறேன்.

■ பொதுவாக, இலங்கைப் படைப்பாளிகளில் யாழ்ப்பாணத்தவர்களுக்குக் கிடைக்கும் அங்கீகாரம் பிற பகுதிகளிலிருந்து எழுதுபவர்களுக்குக் கிடைப்பதில்லை என்ற விமர்சனத்தை எப்படிப் பார்க்கிறீர்கள்?

ஈழத் தமிழர்களின் அரசியல், பொருளாதாரம், பண்பாடு என எல்லாத் தளங்களிலும் யாழ்ப்பாணத்தை முன்னிறுத்தும் ஒரு மையவாதப் போக்கு காலங்காலமாகவே இலங்கைத் தமிழர்கள் இடையே இருக்கிறது. இந்த மையவாதத்தின் அத்திவாரம் வெள்ளாளச் சாதி ஆதிக்கம். இது இலக்கியத்திலும் இருக்கிறது. இலக்கியவாதிகள் சாதி துறந்தவர்களா என்ன? இலக்கியவாதிகள் சாதிச் சங்கங்களில் இருப்பதையும், சாதிச் சங்கத் தலைவர்களுக்குக் கண்ணீரால் கவிதை வடிப்பதையும், பெயரில் ஆதிக்கச் சாதியைச் சுமப்பதையும், பூணூலைக் காட்டிக்கொண்டு சமூக சமத்துவம் பேசுவதையும், அப்படிக் காட்டுபவர்களை நியாயப்படுத்துபவர்களையும் கொண்டது தானே நமது இலக்கியச் சூழல். இன்றுவரை இதுதானே நிலை. வெட்கக்கேடு.

■ ஷோபாசக்திக்கு ஆதரவான அணி, ஷோபாசக்திக்கு எதிரான அணி என இரு பிரிவுகள் உருவாகியிருப்பதை எப்படிப் பார்க்கிறீர்கள்?

ஆதரவு, எதிர்ப்பு எல்லாம் பேசும் பிரச்சினையைக் குறித்து எழுபவையே. அடுத்த பிரச்சினையில் அந்த ஆதரவும் எதிர்ப்பும் தலைகீழாகவும் மாறும். இவை மாறிக்கொண்டிருக்கும் கருத்து விவாதங்களேயொழிய அணிகள் இல்லை. என்னைப் பொறுத்தவரை நான் தந்தை ஈ.வெ.ரா பெரியார் அணி.

■ ஈழப் பிரச்சினையின் எந்த அத்தியாயம் இன்னும் எழுதப்படவில்லையென நினைக்கிறீர்கள்?

போராட்டத்துக்கும் சாதிக்கும் இடையேயான தொடர்பு, குழந்தைப் போராளிகளின் அகவுலகம், ஈழப் பிரச்சினை குறித்த சிங்கள அடித்தள மக்களின் பார்வை, போராட்டத்தில் இஸ்லாமியர்களின் பங்களிப்பு என முழுமையான படைப்புகள் இனிதான் எழுதப்பட வேண்டும். ஒரு தமிழகத்தவருக்கும் ஈழப் போராட்டத்துக்குமுள்ள உணர்வுபூர்வமான உறவுநிலையை மையப்படுத்தி யாராவது எழுத வேண்டும். அது இன்னொரு 'புயலில் ஒரு தோணி'யாக வாய்ப்புண்டு.

■ அரசியலற்ற ஈழப் படைப்புகளைக் காண்பது அரிது. ஆனால், தமிழகச் சூழலோ இதற்கு நேர்மாறாக இருக்கிறது. தமிழ் இலக்கியத்தில் நிகழ்ந்துள்ள இந்த அரசியல் நீக்கத்துக்கு என்ன காரணமென்று நினைக்கிறீர்கள்?

ஈழத்திலிருந்தும் அரசியல் நீக்கம் செய்யப்பட்ட பிரதிகள் வெளியாகத்தான் செய்கின்றன. அ. முத்துலிங்கத்திடம் என்ன அரசியலைக் கண்டுபிடிப்பீர்கள்? தமிழகச் சூழலில் அரசியல் பிரதிகள் ஏராளமிருக்கின்றன. குறிப்பாக, கடந்த முப்பது வருடங்களில் அவை தீவிரமாக வெளிப்படுகின்றன. தலித்துகளும், பெண்ணியவாதிகளும், திருநங்கைகளும், ஓரினக் காதலர்களும் எழுதும் பிரதிகளைவிட வேறென்ன உன்னத அரசியல் இருக்கிறது? அதேபோல மார்க்ஸியம் சார்ந்தும், திராவிட இயக்க அரசியலைப் படைப்பாக்கவும் ஒரு பெரும் படையே இருந்தது. இந்தத் தமிழ்த் தேசியவாத அரசியல்தான் இலக்கியத்தில் கொஞ்சம் சுணங்கிக் கிடக்கிறது. குருட்டுப் பூனை செத்த எலியைத்தான் பிடிக்கும் என்பார்கள். நிற்க, ஒவ்வொரு நாளும் புதுமையான வடிவில் வெளியிடப்படும் மகாபாரதத் தொடரையெல்லாம் நீங்கள் அரசியல் பிரதியாகக்

கொள்ள மாட்டீர்களா? பெரியாரியர்களைப் பொறுத்தவரை மகாபாரதமும் அரசியல் பிரதிதான்.

- அவ்வளவு கெடுபிடியான காலத்திலும்கூட கணிசமான நபர்கள் புலிகளுக்கு எதிராகக் குரல் கொடுத்திருக்கிறீர்கள். எதிரிகளைச் சம்பாதித்துக் கொண்டதைத் தவிர அந்தக் குரல்களுக்கு ஏதேனும் பலன் கிடைத்ததா?

இலக்கியத் தளத்திலும் ஓரளவு அறிவுப் புலத்திலும் என் குரல் கேட்கப்பட்டது என்றே நம்புகிறேன். ஆனால், என்னுடைய குரலைப் புலிகளுக்கு எதிரான குரலாக மட்டுமே சுருக்கிவிடக் கூடாது. அது யுத்தத்துக்கும், இனவாதத்துக்கும் எதிரான குரல். புலிகளை மட்டுமல்லாமல் மற்றைய ஆயுத இயக்கங்கள், இலங்கை அரசு, இலங்கைப் பிரச்சினையை இந்திய அரசு கையாளும் விதம் என எல்லா அதிகார நிலைகளுக்கும் எதிராகத்தான் தொடர்ச்சியாக எழுதியும், பேசியும் வந்திருக்கிறேன். எனினும், என்னுடைய கதைகள் என்னுடைய வாழ்வையும் அனுபவங்களையும் சுற்றிச் சுற்றி எழுதப்படுவதால் அங்கே புலிகள் மீதான விமர்சனம் முதன்மையானதாக இருக்கும். ஏனெனில், அந்தச் சூழலில் ஒரு கட்டத்துக்குப் பின்பாக அவர்கள்தான் அதிகார மையம். அந்த அதிகார எல்லைக்கு அப்பாற்பட்டு நான் கதை சொன்ன நேரங்களில் இலங்கை அரசு மீதான விமர்சனம் முதன்மைப்படும். என்னுடைய 'ம்' நாவல் அரசு நடத்திய வெலிக்கடை சிறைப் படுகொலையை மையப்படுத்தியதுதான். அந்த நாவல் மலையாளத்திலும் ஆங்கிலத்திலும்கூட மொழியாக்கப்பட்டு வெளியானது.

- தற்போது இலங்கையில் நடந்து கொண்டிருக்கும் அரசியல் குழப்பங்கள் குறித்து என்ன நினைக்கிறீர்கள்?

தமிழர்கள் உட்படச் சிறுபான்மை இனங்களுக்கு அரசியல் உரிமைகள் இன்னும் மறுக்கப்படுவது, சிறையில் உழலும் தமிழ் அரசியல் கைதிகள், தமிழர்களது நிலங்களில் அடாவடியாக நிறுத்தப்பட்டிருக்கும் இராணுவம், திட்டமிட்ட சிங்களக் குடியேற்றங்கள், யுத்தத்தில் கொல்லப்பட்ட பொது மக்களுக்கும் காணாமற் போனவர்களுக்கும், சரணடைந்த போராளிகளைப் படுகொலை செய்ததற்கும் அரசு பொறுப்புக் கூறாமை, நீதியான

விசாரணை செய்யாமை, இழப்பீடுகள் வழங்காமை, சிங்கள இனவாதச் சக்திகளும் பவுத்த பீடாதிபதிகளும் அரசியலில் செல்வாக்குச் செலுத்துவது என்றெல்லாம் ஆயிரம் பிரச்சினைகள் அங்கே உள்ளன. சிறுபான்மை இனங்களின் ஒன்றுபட்ட அரசியல் முன்னெடுப்பு மட்டுமே நாம் இந்தப் பிரச்சினைகளிலிருந்து மெல்ல மெல்ல மீள்வதற்கான ஒரே வழி. சர்வதேசம் நம்மைக் காப்பாற்றும், இந்திய அரசு ஒரு தீர்வை உருவாக்கித்தரும் என்பதெல்லாம் நடக்க மாட்டாதவை.

சிறுபான்மை இனங்கள், குறிப்பாக ஈழத் தமிழர்கள் இலங்கை அரசியலில் இன்னும் தீர்மானிக்கும் சக்திகளாகவே இருந்துவருகிறார்கள். கடந்த அதிபர் தேர்தலில் ராஜபக்ச தோற்கடிக்கப்பட்டதற்குச் சிறுபான்மை இனங்களின் வாக்குகளே காரணம். இன்று அவமானகரமான முறையில் நம்பிக்கையில்லா தீர்மானத்தின் மூலம் ராஜபக்ச பிரதமர் பதவியிலிருந்து வீழ்த்தப்பட்டதற்கும் ஈழத் தமிழ் நாடாளுமன்ற உறுப்பினர்களின் வாக்குகளே தீர்மானிக்கும் சக்தியாக இருந்தன. இந்த அரசியல் பலத்தைச் சிந்தாமல் சிதறாமல் வளர்த்துக்கொண்டு, சிறுபான்மை இனங்கள் மேலும் முன்னே செல்ல வேண்டும். இனி இலங்கைத் தீவில் அரசியலில் நடைபெறப்போகும் மாற்றங்கள் அனைத்தும் நாடாளுமன்றத்திலேயே சாத்தியப்படும். ஈழத் தமிழர்களிடம் இன்னும் ஏதாவது ஆயுதப் போராட்ட அபிமானங்கள் எஞ்சியிருந்தால் அதைத் தூக்கிப் போட்டுவிட்டுத் தேர்தல் ஜனநாயக அரசியலை நோக்கி வலுவாக முன்நகர வேண்டும். இதுவரை உலகம் கண்ட ஆட்சி அமைப்பு முறைகளில் நாடாளுமன்ற அரசியல் முறைதான் ஒப்பீட்டு ரீதியில் முற்போக்கானது என்றே எனக்குத் தோன்றுகிறது. என் அந்தரங்கக் கனவு என்னவோ ஓர் அனார்க்கிஸ உலகுதான். ஆனால், நம்மை ஆள்வது ஒரு நாடாளுமன்றம் என்பதுதான் தலையைத் திருகும் உண்மை. கனவு நிலையிலிருந்து விழிக்க வேண்டும்.

■ இலக்கியவாதியான நீங்கள் சினிமாவுக்குப் போக ஆசைப்பட்டது ஏன்?

சாதத் ஹசன் மண்டோவையும், எம்.டி. வாசுதேவன் நாயரையும் பார்த்து இப்படிக் கேட்க முடியுமா என்ன! இலக்கியவாதி சினிமாவுக்குப் போவதைப் பற்றி ஆதங்கப்படத் தேவையில்லை.

அங்கே போய் அவர் என்ன செய்கிறார் என்பதைப் பற்றி வேண்டுமானால் ஆதங்கப்படலாம். அவருடைய இலக்கியமும், மொழித் திறனும் அவர் எழுதும் சினிமாவை ஒருபடி உயர்த்துகிறதா அல்லது அவரும் சேர்ந்து சீரழிகிறாரா என்பதைப் பொறுத்தது அது.

- உலகம் முழுவதும் இன்று வரை தொடர்ந்து கொண்டிருக்கும் போர், வன்முறை, படுகொலை போன்றவற்றுக்கு ஓர் எழுத்தாளராக என்ன சொல்ல விரும்புகிறீர்கள்?

எழுத்தாளர் ஹென்றி மில்லர் சொல்வதைத்தான் நானும் வழிமொழிகிறேன்: எல்லோரும் செக்ஸ் ஆபாசமானது என்கிறார்கள்; உண்மையில் போர்தான் ஆபாசமானது!

◉

இச்சா கேள்விகள்

☐ கனலி, டிசம்பர் 2019

☐ நேர்கண்டவர்: **க. விக்னேஷ்வரன்**

■ *'இச்சா' நாவலின் கரு எங்கு, எப்படிப்பட்ட மனநிலையில் உருவாகியது? இன்று நாவலை நீங்கள் வாசிக்கும் போது, அந்தக் கரு அல்லது எண்ணம் சரியாக வந்துள்ளதாக நினைக்கிறீர்களா?*

'Dheepan' திரைப்படம் பல்வேறு திரைப்பட விழாக்களில் திரையிடப்பட்ட போது, அந்த விழாக்களில் நான் கலந்துகொண்டு பத்திரிகையாளர்களதும், பார்வையாளர்களதும் கேள்விகளுக்குப் பதிலளிக்க வேண்டியிருந்தது. அந்தப் படத்தில் நான் நடிகன் மட்டுமே என்ற போதிலும், திரைப்படம் இலங்கையில் நடந்த யுத்தத்தைப் பின்னணியாகக் கொண்டிருந்ததாலும், நான் ஏற்ற பாத்திரம் புலிப் போராளியின் பாத்திரம் என்பதாலும், படத்தின் கதை ஓரளவுக்கு எனது சொந்த வாழ்க்கையை ஒத்திருந்ததாலும், படத்திற்கு அப்பால் தமிழர்கள் மீதான இனப் படுகொலை - போர் - புலிகள் குறித்தும் என்னிடம் கேள்விகள் கேட்கப்பட்டன. பெண் போராளிகளது வகிபாகம் குறித்தும், தற்கொலைப் போராளிகளைக் குறித்தும் என்னிடம் திரும்பத் திரும்பக் கேள்விகள் எழுப்பப்பட்டன. அந்தக் கேள்விகளே என்னை 'இச்சா'வை எழுதத் தூண்டின.

நாவலை வாசித்தவர்களிடமிருந்து வரும் எதிர்வினைகள் என்னை உற்சாகப்படுத்துகின்றன. எனது மனதில் நினைத்திருந்த கதைகளையும், படிமங்களையும், என்னுடைய போர் எதிர்ப்பு நிலைப்பாட்டையும் சரியான முறையில் வாசகர்களிடம் கடத்தியிருப்பதாகவே பெரும்பாலான எதிர்வினைகளைப் படிக்கும்போது நான் புரிந்துகொள்கிறேன்.

- இலங்கையின் நில அமைப்புகள் சிலவற்றைப் பற்றி 'இச்சா' மிகத் தெளிவாகச் சொல்கிறது. நாவலை எழுதும் போது, அந்த நிலத்தைப் பிரிந்து வாழும் மன நெருக்கடிகளை எப்படி எதிர் கொண்டீர்கள்?

சிறுகதை அல்லது நாவல் எழுதுவது மட்டுமல்ல; சினிமாக்களில், நாடகங்களில் நடிப்பதும் கூட எனக்குத் தெளிவான மூளைச் செயற்பாடு மட்டுமே. மன எழுச்சிகளும் உணர்வுத் தழும்பல்களும் என்னுடைய எழுத்தையோ, நடிப்பையோ நேரடியாகப் பாதிப்பதில்லை. பாதிக்கவும் கூடாது என்றே நினைக்கிறேன்.

எழுதுவதால் மனதில் நெருக்கடி புதிதாகத் தோன்றுவதில்லை. எனது நிலத்தை நான் பிரிந்து வாழும் மன நெருக்கடியும் பதற்றமும் எப்போதும் என்னுடனேயே இருக்கின்றன. உண்மையில் ஒரு கதை அல்லது நாவல் எழுதி முடிக்கையில் அந்த நெருக்கடி அல்லது பதற்றம் மனதில் சற்றுத் தணியவே செய்கிறது.

- நாவலில் வரும் 'கேப்டன் ஆலா' என்கிற பெண் கதாபாத்திரம் பாதி உண்மை அல்லது பாதி கற்பனையாக, ஏன் முழுவதும் உண்மையாகக் கூட இருக்கலாம். ஆனால், ஆலாவைப் பற்றி நாவலில் சொல்லாமல் போன சில விடயங்களைச் சொல்ல முடியுமா?

எழுத்தாளர் ஜெயகாந்தனின் இந்தக் கூற்றை ஆயிரம் தடவை சொல்லிவிட்டேன். இன்னொரு முறையும் சொல்கிறேன்:

என் கதைக்குள் நான் சொல்லாத எதையும், கதைக்கு வெளியே நான் சொல்லிவிட இயலாது.

- 'இச்சா' நாவலில் வலிந்து சில விஷயங்கள் திணிக்கப்பட்டதாக உணர்கிறேன். முக்கியமாகப் பேய்களைப் பற்றியும் பாம்புகளைப் பற்றியும் வரும் சில பத்திகள். அதாவது, நாவலில் வலிந்து எழுதப்பட்ட மாய யதார்த்தவாத பகுதிகளான இவற்றைப் பற்றி என்ன நினைக்கிறீர்கள்?

நாவல் நிகழும் களம் மற்றும் மக்கள் சார்ந்தே பேய்களும் பாம்புகளும் மாந்திரீகமும் அங்கே வந்து புகுந்துகொண்டன. நாவலின் முற்பகுதி நிகழும் இலங்கையின் கிழக்குப் பகுதி மாந்திரீகத்திற்குப் பேர்போனது. பழந்தமிழ், பாடும் மீன்கள், சலதேவதைகள், நாக தம்பிரான்கள், கண்ணகி அம்மன் வழிபாடு, கூத்து, நாட்டார் பாடல்கள் எனத் தனித்தன்மை வாய்ந்த நிலமது.

■ *ஷோபாசக்தியின் மற்ற நாவல்களை விட, இந்த நாவலில் விடுதலைப் புலிகள் மீது குறைவான விமர்சனம் வைக்கப்படுகிறது. கிட்டத்தட்ட நாவல் சரியான மையத்தில் பயணம் செய்கிறது. இதைத் திட்டமிட்டு எழுதினீர்களா?*

'ம்' நாவலில் கூட ஒரேயொரு அத்தியாயத்தைத் தவிர புலிகள் குறித்த பேச்சே இருக்காதே. விமர்சனத்தைத் திட்டமிடாமல் கதையைத்தான் திட்டமிடுகிறேன். இலக்கியத்தில் எனக்குக் கதைதான் முக்கியம். ஒட்டுமொத்தக் கதை வாசகர்களுக்கு அளிக்கும் சித்திரம் தான் என்னுடைய அரசியல் விமர்சனமே தவிர, வேண்டுமென்றே வலிந்து கதையில் ஆங்காங்கே விமர்சனக் கத்திகளைச் செருகி ஒருபோதும் கதையை அலங்கோலம் செய்யேன். அதேபோன்று, அந்தக் கதை நிகழும் போக்கின் குறுக்கே கோத்தபாய வந்தாலும் சரி, புலிகள் வந்தாலும் சரி அவர்களை வீழ்த்திவிட்டுச் செல்லவும் தயங்குவதில்லை.

■ *கேப்டன் ஆலாவின் ஜெயில் அனுபவங்கள், வேதனைகள், ரணங்கள் ஷோபாசக்தியின் அனுபவங்கள் என்றே மனதில் தோன்றுகிறது? இன்று திருப்பிப் பார்க்கையில் ஷோபாசக்தி அதைப் பற்றி நினைக்க விரும்புகிறாரா அல்லது மறக்க விரும்புகிறாரா?*

அதையெல்லாம் எப்படி மறக்க! நான் சாகும் வரை அந்தத் துர்நினைவுகள் என்னுடனேயே இருக்கும். ஆனால், நான் போரின் நடுவிலேயே தப்பியோடிப் புலம் பெயர்ந்துவிட்டேன். அதற்குப் பின்பு இலங்கையில் நிகழ்ந்தவை என் கற்பனைக்குக் கூட எட்டாத கொடுமைகள். நான் நாவலில் சுட்டிய மேற்கொள் போல, உயிர் பிழைத்த நாங்கள் அரைகுறைச் சாட்சியங்கள்தான். ஆழப் புதைக்கப்பட்டவர்களே முழுமையான சாட்சியங்கள்.

■ *தஸ்தயேவ்ஸ்கி வரிகளும், பைபிள் வரிகளும், சிங்களச் செவ்வியில் வரிகளும் 'இச்சா' நாவலில் எல்லாம் இடங்களிலும் வருகின்றன. இது ஷோபாசக்திக்கு இருக்கும் பரந்த வாசிப்பு அனுபவங்களை காட்டுகிறது. இப்போதும் யாரையெல்லாம் வாசிக்கிறீர்கள்? எப்படிப்பட்ட படைப்புகளை வாசிக்கிறீர்கள்?*

எனக்குத் தமிழ் மொழியில் மட்டுமே வாசிக்கத் தெரியும். இப்போது தமிழ் நூல்களை வாசிப்பதும் ஒரு 'ரிஸ்க்'கான வேலையாகிவிட்டது. சில வருடங்களுக்கு முன்பு வரையும்

இலக்கியவாதிகளுக்கும், வாசகர்களுக்கும், பதிப்பகங்களுக்கும் எது இலக்கியம் எது இலக்கியமில்லை என்பதில் குழப்பம் இருந்தாலும், எது போலி எழுத்து என்பதில் எந்தக் குழப்பமும் முத்தரப்பிலும் இருந்ததில்லை. அப்போது சுஜாதாவுக்கும் வாஸந்திக்கும் பாலகுமாரனுக்கும் இலக்கியவெளியில் இடமே கிடையாது.

நமக்கு முந்தைய தலைமுறை இலக்கியவாதிகளிடமும், இலக்கிய விமர்சகர்களிடமும் ஒரு பண்பிருந்தது. தமக்குப் பிடிக்காத ஓர் இலக்கியவாதி எழுதிய சிறந்த இலக்கிய நூலை அவர்கள் பகையுணர்ச்சியால் அநீதியான முறையில் நிராகரிக்கக்கூடும். ஆனால், தமது நண்பர்களோ சகாக்களோ எழுதிய ஒரு மோசமான நூலை ஆகச் சிறந்த இலக்கியம் என அவர்கள் எழுதவேமாட்டார்கள்.

ஆனால், இப்போது வேற லெவல். வெறும் குப்பை எழுத்துகளை வெளியிடும் பதிப்பாளர்களும், குப்பையைக் கொட்டியவரின் சகாக்களான இலக்கியவாதிகளும் அவற்றை 'உன்னத இலக்கியம்' 'உலக மகா காவியம்' என்றெல்லாம் சொல்லிவிடுகிறார்கள். நாமும் நம்பி புத்தகத்தை வாங்கி ஏமாந்துவிடுகிறோம். எனவே மிக எச்சரிக்கையுடன் இருக்க வேண்டியிருக்கிறது. புத்தக சந்தைக்குள் நடக்கும்போது, கண்ணிவெடி நிலத்தில் நடப்பது போன்ற கவனத்துடன் நடக்க வேண்டியிருக்கிறது.

இந்த விஷப் பரீட்சைக்கு அப்பால், சிறுபத்திரிகைகள் வழியே உருவாகி வந்த எல்லா எழுத்தாளர்களையும், மொழிபெயர்ப்பு நாவல்களையும் தேடித் தேடிப் படித்துவிடுகிறேன்.

■ 'இச்சா' போன்ற ஒரு நாவலை எழுதி முடித்த பின்பு உங்கள் மனநிலை எப்படி இருக்கிறது? அடுத்த நாவல் பற்றி எண்ணம் மனதில் வந்திருக்கிறதா?

என் மனதில் எப்போதுமே குறைந்தது மூன்று நாவல்கள் ஏறக்குறைய முழு வடிவத்துடனிருக்கும். இப்போதுமுள்ளன. அவை எழுத்தாக மாறும் போதுதான் மனதிலிருந்த நாவல் வடிவத்தின் இலக்கிய யோக்கியதையும், திறனும் தெரியவரும். எனவே அடுத்து எதை எழுதுவது என்ற பதற்றம்தான் இப்போது மனதிலிருக்கிறது.

●

நான் எதையுமே தன்னியல்பாக எழுதுவதில்லை

□ யாவரும்.காம், மே 2020

எழுத்தாளர் ஷோபாசக்தி – தமிழ் இலக்கியத்தோடு பரிச்சயமானவர்கள் அனைவரும் அறிந்து வைத்திருக்கும் பெயர். தன்னுடைய படைப்புகளின் மூலம் ஈழத் தமிழ் வாழ்வியலை எழுதி வருபவர். தனக்கான கதை சொல்லும் முறை, பகடி, அரசியல் சாடல்கள் என நிறைய அம்சங்களால் தனது படைப்புலகை உண்டு பண்ணியிருக்கிறவர். அவரின் படைப்புகள் மீது கடுமையான விமர்சனம் கொண்டவர்களும் ஏராளம். அவருடைய மிகச் சமீபத்தில் வெளியான 'இச்சா' நாவலை 'கருப்புப் பிரதிகள்' பதிப்பகம் வெளியிட்டிருக்கிறது. மாற்றுக் கருத்து உள்ளவர்களும் ஒரு மேசையில் அமர்ந்து ஒருவரையொருவர் வெறுக்காமலும், தமது கருத்துகளை விட்டுக் கொடுக்காமலும் பேசலாம் என்பதற்கு இந்நேர்காணல் ஒரு சமீபத்தியச் சான்று.

□ நேர்கண்டவர்: **அகரமுதல்வன்**

■ உங்களுடைய நாவல்களில் 'கொரில்லா', 'ம்' ஆகிய இரண்டு நாவல்களும் குறிப்பிடத்தகுந்தவை. குறிப்பாக 'ம்' நாவல் மிக முக்கியமானது. ஆனால், இதன் பிறகு வெளியான 'BOX', 'இச்சா' ஆகிய இரண்டு நாவல்களும் வலிந்து உருவாக்கப்பட்ட பிரதிகளாகவே வாசிப்பில் எனக்குத் தோன்றுகிறதே?

நான் என்ன இறைதூதரா வானிலிருந்து அருள்வாக்கோ, அசரீரியோ பெற்றுச் சுளுவாக எழுதிவிடுவதற்கு. இலக்கிய உள்ளொளி, தரிசனம் போன்றவையும் எனக்கு வசப்படாதவையே. எனவே என் எல்லா நாவல்களையும் வலிந்தே எழுதினேன். இனியும் அப்படித்தான் எழுதுவேன். தஸ்தயேவ்ஸ்கி கூட இப்படி வலிந்தும், அச்சத்தோடும், தன்னம்பிக்கையின்றியும் தான்

‘அசடன்’ நாவலை உருவாக்கினார் எனப் படித்திருக்கிறேன். அவரது அந்தப் புலம்பலைக் குறிப்பிட்டுத்தான் எனது ‘இச்சா’ நாவலைத் தொடங்கியிருந்தேன்.

■ *‘BOX’ இறுதி இன அழிப்பு யுத்தக் காலகட்டத்தை வைத்துப் புனைந்திருந்தீர்கள். நந்திக் கடலின் இறுதி யுத்த காலத்தை எழுதினால் தான் சமகால இலக்கிய மைய நீரோட்டத்தில் உங்கள் பெயரைத் தக்கவைக்க முடியுமென உங்களுக்குள்ளேயே ஒரு நிர்ப்பந்தத்தை உருவாக்கிக் கொண்டீர்களா?*

இறுதி இன அழிப்பை மட்டுமல்லாமல், தொடக்க இன அழிப்பையும் நான் எழுதியிருக்கிறேன். போர் உக்கிரமாக நடந்து கொண்டிருந்தபோதே போரை எதிர்த்தும், போர் புரிந்த தரப்புகளைச் சபித்தும் தொடர்ந்து எழுதியிருக்கிறேன். யுத்தத்தின் இறுதிக் காலங்களில் வன்னியில் நடந்தவற்றில் ஒரு துளிதான் ‘*BOX*’ நாவல். யுத்த வெற்றி எக்காளங்களும் பொய்களும் வரலாறாகப் புனையப்பட்டுக் கொண்டிருந்த காலத்தில் அவற்றை எதிர்கொள்ள அந்த நாவலை எழுதினேன். அதை ‘யுத்தத்தின் உப வரலாறு’ என்று குறிப்பிட்டேன்.

ஒரு நாவலை எழுதியெல்லாம், சமகால இலக்கிய மைய நீரோட்டத்தில் யாருமே தங்களைத் தக்க வைத்துக்கொள்ள முடியாது. மொண்ணைத் தமிழ்த் தேசியம் பேசுபவர்களை ஏமாற்றி விடுவது போலவெல்லாம் தீவிர இலக்கிய வாசகர்களை ஏமாற்றிவிட முடியாது அகரன்.

■ *தமிழ்த் தேசியத்தின் மீது உங்களுக்கிருக்கும் கசப்பையும் ஒவ்வாமையையும் நான் அறிவேன். மொண்ணைத் தனமான கருத்துகளைப் பேசுபவர்கள் எல்லாச் சித்தாந்த - கருத்தியல் தளங்களிலும் இருக்கிறார்கள் ஷோபா. அதனால், மொண்ணை மார்க்சிஸம் பேசுவபவர்கள், மொண்ணை ரொஸ்கிசம் பேசுபவர்கள் என்றெல்லாம் கூறமாட்டேன். நான் கேட்ட கேள்வியை மீண்டும் தெளிவுபடுத்த விரும்புகிறேன். தமிழ் வாசகப் பரப்பில் இறுதிக்கட்ட யுத்த காலங்களைப் பற்றிய புனைவுகளுக்கு ஒரு பெரிய அவதானம் திரும்பியிருந்த சூழலில், அப்படியொரு களத்தை நீங்களும் தேர்ந்தெடுத்தீர்களா?*

பரந்துபட்ட தமிழ் வாசகப் பரப்பில் கவனமும் பாராட்டுகளும் குவிக்க விரும்பி நான் எழுதினால், புலிகளின் அரசியலை

நியாயப்படுத்தி எழுதுவதே அதற்கான குறுக்கு வழியாகும். அதை நான் செய்வதில்லை. இஸ்லாமியர்களைப் பழித்து எழுதினால் அதற்கும் ஒரு திடீர் வாசகப் பரப்புள்ளது. அதையும் நான் செய்ய மாட்டேன். எழுத்தில் சமரசம், சந்தர்ப்பவாதம், சந்தை நோக்கம் என்ற பேச்சுக்கே இடமில்லை. தமிழின் பெரிய பெரிய பதிப்பகங்களெல்லாம் என் நூல்களை வெளியிடத் தயாராக இருக்கும்போதும், நான் 'கருப்புப் பிரதிகள்' என்ற எளிய பதிப்பகத்துடன்தான் தொடர்ந்தும் பயணிக்கிறேன். நிகழ்த்தப்பட்ட இனப் படுகொலையின் ஒரு துளியை நாவலாக்குவதற்கு நீங்கள் கற்பிக்க முயலும் காரணங்கள் எதுவுமே தேவையில்லை. நெஞ்சில் ஈரமும் அறமும் கொஞ்சம் எழுதத் தெரிந்திருப்பதுமே போதுமானது.

தமிழ்த் தேசியம் என்ற அரசியல் கருத்தாக்கத்தின் மீது எனக்கு ஒவ்வாமையும் கசப்பும் உள்ளது என நீங்கள் எப்படியொரு முடிவுக்கு வந்தீர்கள் எனத் தெரியவில்லை. தமிழ்த் தேசியம் என்றாலே 'புலி அரசியல்' தான் என நீங்கள் எண்ணவும் தேவையில்லை. 'மொண்ணைத் தமிழ்த் தேசியர்கள்' என்று நான் வகைப்படுத்தும் போதே, கூர்மையான தமிழ்த் தேசியர்களும் இருக்கிறார்கள் என்பதை நான் ஏற்றுக்கொள்கிறேன் என்று நீங்கள் தெரிந்துகொள்ள வேண்டும். எழுத்தாளர்கள் நிலாந்தன், இராசேந்திர சோழன் போன்றவர்கள் அத்தகையவர்கள்.

புலிகளுக்கு முன்பும் தமிழ்த் தேசியம் இருந்தது, பின்பும் இருக்கிறது. என் வயதுக்கு எனக்கு 'தமிழர் விடுதலைக் கூட்டணி' மூலம் தான் தமிழ்த் தேசியவாத எண்ணமுண்டாயிற்று. திராவிட இயக்கம், சோசலிஸம் போன்றவை பற்றியும் கொஞ்சம் கொஞ்சம் கேள்விப்பட்டிருந்தேன். அதன் வழியேதான் நான் விடுதலைப் புலிகள் இயக்கத்தில் இணைந்தேன். புலிகளுக்குப் பின்னும், தேர்தல் காலங்களில் என்னுடைய ஆதரவை ஆயிரத்தெட்டு விமர்சனங்களோடும் 'தமிழ்த் தேசியக் கூட்டமைப்பு'க்கே கொடுக்கிறேன்.

தமிழ் மக்களின் சுய நிர்ணய உரிமையை மிகப் பலமாக ஆதரித்து எழுதுபவன் நான். உங்களுக்குச் சந்தேகம் இருந்தால், சிறுபான்மை இனங்களின் சுய நிர்ணய உரிமை குறித்து மழுப்பலாகப் பேசிக் கொண்டிருந்த Frontline Socialist

Party-யை நான் கடுமையாக விமர்சித்து எழுதிய கட்டுரைகளைப் படித்துப் பாருங்கள். தமிழ் மக்களின் சுய நிர்ணய உரிமையை நியாயப்படுத்தி ஒரு தொடர் விவாதமே செய்தேன்.

ஒரு பெருந்தேசிய இனம், சிறுபான்மை தேசிய இனங்களை ஒடுக்கினால், சிறுபான்மையினர் தங்களது தேசிய இன அடையாளத்தை முன்வைத்து அரசியல்மயப்படுவதையும், அணியாவதையும் யார் தான் நிராகரிக்க முடியும்? அதைத் தவிர அவர்களுக்கு வேறு என்ன தான் அரசியல் பாதுகாப்பு இருக்கிறது? இலங்கையில் தமிழ் இனவழித் தேசியவாதமும், முஸ்லிம் இனவழித் தேசியவாதமும் இவ்வாறுதான் நிலைபெற்றன. மார்க்ஸியத்தில் மட்டுமல்லாமல், முதலாளித்துவ சனநாயக நெறிகளிலும் தேசிய இனங்களின் சுயநிர்ணய உரிமை என்பது ஒரு முக்கிய கருத்தாக்கம். பாலஸ்தீனர்களினதும், திபெத்தியர்களினதும், காஷ்மீரிகளினதும் தேசியவாத அரசியலை ஓயாமல் ஆதரிப்பவர்கள், எப்படி ஈழத் தமிழ்த் தேசியவாதத்தை மட்டும் நிராகரித்துவிட முடியும்!

என்னுடைய ஒவ்வாமையும் கசப்பும் ஈழத் தமிழ்த் தேசிய வாதத்தைத் தவறான பாதையில் முன்னெடுத்தவர்களைப் பற்றியதுதான். தேசியத்தின் பெயரால் 'ஏக பிரதிநிதித்துவம்' எனப் பிரகடனப்படுத்தி சனநாயக அரசியலை மறுத்தவர்கள் மீது தான். மாற்றுக் கருத்தாளர்களையும், கலைஞர்களையும், எழுத்தாளர்களையும் கொன்று போட்ட பாஸிஸ்டுகளின் மீது தான். சகோதர இன அப்பாவி மக்களை ஈவிரக்கமின்றிக் கொன்றவர்கள் மீது தான். மக்களை மனிதக் கேடயங்களாக உபயோகித்தவர்கள் மீது தான். தங்களது தவறான அரசியல் வழிமுறைகளால் மக்களைக் கொண்டுபோய் நந்திக் கடலில் தள்ளியவர்கள் மீது தான். அப்படியானால் புலிகளின் அரசியலில் நல்ல அம்சங்களே இருக்கவில்லையா? இருந்தால் சொல்லுங்கள், உங்களுடன் சேர்ந்து நானும் அந்த அம்சங்களிலாவது அவர்களை ஆதரித்துவிட்டுப் போகிறேன்.

நீங்கள் சொல்வதுபோல, மொண்ணைக் கருத்துள்ளவர்கள் எல்லாக் கருத்தியல் தளங்களிலும் இருக்கிறார்கள் என்பது உண்மை. மார்க்ஸியம் பேசுபவர்களிலும் மொண்ணையானவர்கள் இருப்பார்கள். இவர்களைக் குறிக்கத்தான் மார்க்ஸியத்தில்

வறட்டுவாதம், காட்சிவாதம், அனுபவவாதம் போன்ற கலைச் சொற்களையெல்லாம் கண்டுபிடித்திருக்கிறார்கள்.

'மொண்ணை மார்க்ஸியர்கள் என்றெல்லாம் நான் கூறமாட்டேன்' என நீங்கள் உரைப்பது உங்களுக்குப் பெருமையளிக்கும் விசயமல்ல அகரன். விஷயங்களைக் கூர்ந்து கவனித்துப் பகுத்துப் பேச நீங்கள் பயில வேண்டும். ரங்கநாயகம்மாவின் 'சாதியப் பிரச்சினைக்குத் தீர்வு: புத்தரும் போதாது அம்பேத்கரும் போதாது மார்க்ஸ் அவசியத் தேவை' என்ற நூல் தமிழில் மொழிபெயர்ப்பாகி வந்திருக்கிறதல்லவா. அந்த நூலை நீங்கள் படிக்கத் தொடங்கினால், இரண்டாவது பக்கத்திலேயே உங்களுடைய இருதயம் 'மொண்ணை மார்க்ஸியர்' என முணுமுணுக்குமென நான் உங்களுடன் பந்தயம் கட்டத் தயாராகயிருக்கிறேன்.

■ *உங்கள் கதைகளில் வரக்கூடிய 'பகடி' மற்றும் சில விவரணைகள் நேரடியாகவே தமிழ் இயக்கங்களைக் கடுமையாகச் சாடின. இதன் வழியாகவும் உங்கள் மீது வாசக கவனம் திரும்பியது. உங்களுடைய சிறுகதைகளில் இந்தச் 'சாடல் கலை' தொடர்ச்சியாகத் தன்னியல்பில் வருகிறதா? அல்லது தீர்மானமாகத் திட்டமிட்டு எழுதுகிறீர்களா?*

தமிழ் இயக்கங்களையோ, போராளிகளையோ கடுமையாகச் சாடி எழுதினால் வாசகக் கவனம் நம் மீது திரும்பும் என்பது மனப்பிரமை. நன்றாகக் கதை எழுதினால் மட்டுமே வாசகர் கவனம் உங்கள் மீது திரும்பும். சாடுகிறேன், சங்கறுக்கிறேன் என எதையாவது கேவலமாக எழுதி வைத்தால், நேர்மையான இலக்கிய வாசகர்கள் பிளந்துகட்டி விடுவார்கள். அப்படித்தான் சாத்திரியின் 'திருமதி. செல்வி' கதையும், உங்களது 'சாகாள்' கதையும் வாசகர்களால் கடுமையாக நிராகரிக்கப்பட்டன.

எந்தப் போராளிகளைக் குறித்தும் இல்லாத பொல்லாத பழிகளை நான் எழுதியதில்லை. என்னைச் சுற்றியுள்ள இவ்வளவு எதிர்ப்புகளுக்கிடையேயும், அந்த எழுத்து அறம் மட்டுமே என்னைத் தலைநிமிர்ந்து நடக்க வைக்கிறது. எந்தக் கூட்டத்திலும், எந்தப் புத்தக சந்தையிலும், எந்த நேர்காணலிலும் எதிராளியின் கண்களைப் பார்த்துப் பேசும் தைரியத்தை அந்த அறமே எனக்குக் கொடுத்திருக்கிறது.

நிற்க; நான் எதையுமே தன்னியல்பாக எழுதுவதில்லை. எல்லாமே திட்டமிடல்தான். சம்பவங்களின் தேர்வு, அவற்றை வரிசைப்படுத்தல் அல்லது வரிசை குலைத்தல், திரும்பத் திரும்ப 'எடிட்' செய்தல் போன்ற எழுத்துத் தொழில்நுட்பங்களின் மூலம் தான் என்னுடைய பிரதிகளை உருவாக்குகிறேன்.

- இந்த எழுத்துத் தொழில்நுட்பத்தை உங்களின் 'இச்சா' நாவல் பெருமளவில் கொண்டிருக்கிறது. உங்களைத் தொடர்ச்சியாக வாசித்து வருகிற வாசகனுக்கு இதுபோன்ற ஒரே தன்மையிலான தொழில்நுட்ப எழுத்து சலிப்பை ஏற்படுத்தாது என்று எண்ணுகிறீர்களா? மேலும் கலை தருவிக்கக்கூடிய உள்ளுணர்வின் நுண்மையான தளத்திற்கு உங்கள் எழுத்துகள் பயணப்படாமல் போய்விடுமல்லவா?

'கலை தருவிக்கக்கூடிய உள்ளுணர்வின் நுண்மையான தளத்திற்கு' என்ற உங்களது வார்த்தைகள் 'மனிதர் உணர்ந்து கொள்ள இது மனிதக் காதல் அல்ல' என்பது போன்ற ஒரு கவித்துமான வரி எனப் புரிகிறதே தவிர, எனக்கு வேறு எதுவும் புரியவில்லை. தயவுசெய்து அடுத்த கேள்விக்குப் போகலாம்.

- இன்றைக்கு தமிழ் இலக்கியம் எனும் பொதுச் சொல்லில் ஈழத் தமிழ் இலக்கியங்களுக்கு ஒரு முக்கிய இடமிருக்கிறது. அதாவது, போரிலக்கியப் பிரதிகளுக்கு. அவற்றில் குணா கவியழகன், சயந்தன், தமிழ்க்கவி, ஷோபாசக்தி, தமிழ்நதி, தீபச்செல்வன், வாசுமுருகவேல் போன்றோரின் நாவல்கள் அதிகமாக வாசிக்கப்பட்டு விவாதிக்கப்படுகின்றன. சக போரிலக்கியப் பிரதிகள் குறித்து உங்களுடைய மதிப்பீடுகள் என்ன?

இந்த 'போரிலக்கியம்' என்ற வகை குறித்து எனக்குத் தெளிவில்லை. அது போரைக் குறித்து எழுதும் இலக்கியமா அல்லது போர் நிலத்திலிருந்து எழுதும் இலக்கியமா?

போரைக் குறித்து எழுதுவதே போரிலக்கியம் என்றால் ஜெயமோகனின் 'உலோகம்', டி.டி. ராமகிருஷ்ணனின் 'சுகந்தி என்கிற ஆண்டாள் தேவநாயகி' போன்றவையும் போரிலக்கிய வகைக்குள் வருமா? போருக்குள் இருந்து போரைப் பற்றி எழுதுவதே போரிலக்கியம் என்றால் முஸ்லிம், சிங்கள எழுத்தாளர்கள் எழுதுபவற்றையும் போரிலக்கியம் என்று தானே சொல்ல வேண்டும். நீங்கள் கொடுத்திருக்கும் 'போரிலக்கிய' எழுத்தாளர்கள் பட்டியலிலுள்ளவர்கள் எழுத வருவதற்கு

முன்பே, இந்த முஸ்லிம், சிங்கள எழுத்தாளர்கள் போரைப் பற்றி ஏராளமாக எழுதியிருக்கிறார்கள். ஆர்.எம். நௌஸாத், சர்மிளா ஸெய்யித் போன்றவர்களின் நாவல்களெல்லாம் பேசப்படாத நாவல்கள் என்றா சொல்லப் போகிறீர்கள்?

போரினால் அனுபவங்களைப் பெற்ற தமிழர்களால் எழுதப்பட்ட நாவல்களே போரிலக்கியம் என நீங்கள் ஒரு குறுகிய வரையறையை வைத்தால் கூட, உங்களது பட்டியலில் தேவகாந்தன், மெலிஞ்சி முத்தன், விமல் குழந்தைவேல், நொயல் நடேசன், யோ. கர்ணன் போன்றவர்கள் ஏனில்லை? நீங்கள் கொடுத்த பட்டியலில் உள்ளவர்களின் நாவல்களுக்குச் சமமாகவோ அல்லது சற்றே அதிகமாகவோ இவர்களது நாவல்களும் வாசிக்கப்பட்டுப் பேசப்படுகின்றனவல்லவா. போரிலக்கியம் என நீங்கள் குறிப்பிடுவது 'போர்ப்பரணி'யை அல்ல என்றே நான் நம்புகிறேன்.

ஈழத்துப் போரைப் பற்றி எழுதியிருக்கும் இலக்கியப் பிரதிகளை எப்படி நான் மதிப்பிடுகிறேன் என்பதை வேண்டுமானால் சுருக்கமாகச் சொல்லலாம். ஓர் இலக்கியப் பிரதியை மதிப்பிடுவதற்கு எழுதும் கலை, இலக்கிய அழகியல் என்பவை முக்கியமானவை எனினும், இந்தத் திறன்கள் வாய்க்கப்பெற்ற ஓர் எழுத்தாளர்; சாதியை, மத அடிப்படைவாதத்தை, இனவாதத்தை, பாஸிசத்தை நியாயப்படுத்தி ஓர் இலக்கியப் பிரதியை எழுதினால், நான் அந்தப் பிரதியை நிராகரிக்கவே செய்வேன். நீங்களும் நிராகரிப்பீர்கள் என்றுதான் நம்புகிறேன். ஏனெனில் அது அடிப்படை மனிதநேயத்துடனும் அறத்துடனும் சம்பந்தப்பட்டது. உச்சமாக இலக்கியத்திறன் வாய்க்கப்பெற்ற எஸ்.பொ.வின் 'மாயினி' நாவலை நான் இதனாலேயே நிராகரித்தேன். மிகச் சிறந்த கவியான கி.பி. அரவிந்தனின் கடைசிக் காலத்து எழுத்துகளையும் இந்தக் காரணங்களுக்காகவே நிராகரித்து எழுதினேன். இனப்படுகொலை செய்தவர்களையோ, சனநாயகப் படுகொலை செய்தவர்களையோ நியாயப்படுத்தி இலக்கியம் எழுதுவதும் போர்க் குற்றத்தின் ஒரு பகுதியே.

போரை எதிர்த்து இலக்கியத் தரத்தோடு பிரதிகளை உருவாக்கிய ஏராளமானவர்கள் நம்மிடையே உள்ளனர். சனநாயகத்துக்காகக் குரல் கொடுத்ததற்காகச் சில எழுத்தாளர்கள் தமது உயிரையும்

எங்கள் மத்தியில்தான் இழந்தார்கள். யுத்தத்தை மறுத்தும், சனநாயகத்துக்காகக் குரல் கொடுத்தும் எழுதப்பட்ட பிரதிகளே அறம் சார்ந்த பிரதிகள். சனநாயகத்தின் குரல்வளையை அறுத்துப் போட்டவர்களைக் கடவுளாகக் கொண்டாடியும், சிறார்களைப் போரில் கட்டாயமாக இணைத்ததை மழுப்பியும், சகோதர இனத்தவர்கள் மீதான படுகொலைகளை நியாயப்படுத்தியும் எழுதப்பட்ட பிரதிகள் வெறும் காகிதக் குப்பைகள். நான்கூட என்னுடைய இருபத்தைந்து வயதுக்கு முன்னால், இப்படிச் சில குப்பைகளை எழுதியிருந்தேன் என்பதை ஒத்துக்கொள்கிறேன். ஆனால், அதற்காக மன்னிப்பெல்லாம் கேட்க மாட்டேன். ஏனெனில் இதற்கெல்லாம் மன்னிப்பே கிடையாது.

■ 'போரிலக்கியம்' என்ற வகைப்பாட்டில் நீங்கள் குறிப்பிடும் ஈழ எழுத்தாளர்களைச் சேர்த்துக் கொள்ளலாம். நான் என்னுடைய வாசிப்பின் மதிப்பீட்டில் தான் சில பெயர்களைக் குறிப்பிட்டேன். அது அவ்வளவு தான் என்ற தீர்ப்பல்ல. நீங்கள் கூறுவதைப் போல சனநாயகத்திற்கான குரல் (உங்களுடைய சனநாயகம் என்பது புலிகளின் அத்துமீறலை மட்டுமே சுட்டிக்காட்டும் அதே நேரத்தில் ஏனைய இயக்கங்களையும், இலங்கை அரச பயங்கரவாதத்தையும் இலேசாகச் சாடுவது/ தொட்டுக்கொள்வது) கொடுத்து எழுதப்பட்ட சமகால பிரதிகளாக நீங்கள் எவற்றைக் கருதுகிறீர்கள்?

என்னுடைய சனநாயகம் என்பது புலிகளின் அத்துமீறலை மட்டுமே சுட்டிக்காட்டுவது, மற்றவர்களை இலேசாகச் சாடுவது என நீங்கள் சொல்வதை நான் பணிவுடன் மறுக்கிறேன்.

நான் உங்களை ஒன்று கேட்கிறேன்! இலங்கை அரசின் இனப் படுகொலைகளையும், மனிதவுரிமை மீறல்களையும் என்னளவுக்கு சிறுகதைகளாகவும், நாவல்களாகவும், திரைப்படங்களாகவும், நாடகங்களாகவும், நடிப்பாகவும், பன்னாட்டு இலக்கியக் கருந்தரங்குகளாகவும், தொலைக்காட்சி - பத்திரிகை நேர்காணல்களாகவும் தமிழ்ப் பரப்பில் மட்டுமல்லாமல் சர்வதேசச் சமூகத்திடமும் எடுத்துச் சென்ற இன்னொரு தமிழ் இலக்கிய எழுத்தாளனைக் காட்டிவிடுங்கள் பார்க்கலாம். நான் முகநூலுக்குள்ளும், மொண்ணைத் தமிழ்த் தேசியர்களுக்குள்ளும் என்னைக் குறுக்கிக் கொண்டவன் கிடையாது. என்னுடைய தளம் சற்றே பெரிது.

BOX, ம், இச்சா நாவல்களை நீங்கள் படித்திருப்பதாகச் சொன்னீர்கள்... இந்த நாவல்கள் இலங்கை அரசையா, புலிகளையா முதன்மையாக விமர்சிக்கின்றன? மனசாட்சியைத் தொட்டுச் சொல்லுங்கள் பார்க்கலாம்!

மற்றைய தமிழ் இயக்கங்களைப் பற்றி என்ன எழுதிக் கிழித்தாய் எனக் கேட்டால், அதையும் போதுமானளவுக்குக் கிழித்திருக்கிறேன். மற்றைய முப்பது இயக்கங்கள் செய்த அராஜகங்களையும் ஒன்றாகச் சேர்த்து ஒரு தட்டிலும், புலிகள் தனியொரு இயக்கமாகச் செய்த அராஜகங்களை மறுதட்டிலும் வைத்து ஒரு தராசில் நிறுத்துப் பார்த்தால், புலிகளின் தட்டே தாழ்வதால் அவர்களைப் பற்றித்தான் அதிக விமர்சனங்கள் எழும் என்பதை நீங்கள் ஏற்றுக்கொள்ளத்தான் வேண்டும்.

உங்களிடம் ஒரு விஷயத்தைக் கேட்க ஆசைப்படுகிறேன். மற்றைய தமிழ் இயக்கங்களது அராஜகங்களை மூடி மறைப்பதால் எனக்கு என்ன இலாபம்? நானென்ன அந்த இயக்கங்களது முன்னாள், இந்நாள் உறுப்பினரா? என்னுடைய எந்தப் புத்தகத்துக்காவது அவர்கள் ஏதாவது கூட்டம் கீட்டம் ஏற்பாடு செய்திருக்கிறார்களா? என்னுடைய எழுத்துகளைப் பரப்பினார்களா? மாறாக, விடுதலைப் புலிகள் யாழ்ப்பாணத்தில் நடத்திய 'மானுடத்தின் ஒன்றுகூடல்' நிகழ்வில் தான் என்னுடைய 'கொரில்லா' நாவலைப் பற்றிப் பேசப்பட்டது எனக் கேள்விப்பட்டேன். டக்ளஸ் தேவானந்தாவோ, கருணாவோ, சித்தார்த்தரோ எனது ஏதாவதொரு புத்தகத்தைப் படித்தார்கள் என்று எங்காவது கேள்விப்பட்டிருக்கிறீர்களா? ஆனால், பொட்டு அம்மானும் வே. பாலகுமாரனும் என்னுடைய வாசகர்கள் எனப் புலிகள் இயக்கத்திலிருந்த கருணாகரன் சொல்லிக் கேட்டிருக்கிறேன்.

சனநாயகத்துக்காகக் குரல் கொடுத்துச் சமகாலத்தில் எழுதப்பட்ட பிரதிகள் பற்றிக் கேட்டிருந்தீர்கள். பாசாங்குக்கும் ஃபாஷனுக்கும் சனநாயகம் பற்றிப் பேசாமல், உண்மையான கரிசனையோடு எழுதப்பட்ட 'ஊழிக்காலம்', 'உம்மத்' நாவல்களும், கருணாகரனின் கவிதைகளும், செல்வம் அருளானந்தத்தின் 'சொற்களில் சுழலும் உலகம்' பிரதியும், யதார்த்தனின் கதைகளும், எப்போதுமே நான் விசுவாசிக்கும் வ.ஐ.ச. ஜெயபாலனின் கவிதைகளும் உடனே என் நினைவுக்கு வருகின்றன.

- தமிழீழ விடுதலைப் புலிகள் இயக்கம் இராணுவ ரீதியாகத் தோற்கடிக்கப்பட்டுப் பத்து வருடங்களுக்கு மேலாகியும், சமாதானத்திற்காக யுத்தம் செய்வதாகக் கூறி இனப் படுகொலை செய்த சிங்கள ஆட்சியாளர்கள் தமிழர்களுக்கு நீதியை வழங்காது 'கதை' சொல்லிக் கொண்டிருக்கிறார்கள். தேரவாத பவுத்த சிங்களப் பேரினவாத அரச பயங்கரவாதத்தின் இனப் படுகொலையை உலகம் மறந்து போயிற்று. தமிழ்த் தரப்பின் அரசியல் ராஜதந்திரத் தோல்வியாக இதனைப் பார்க்கலாமா?

நீங்கள் தமிழ் அரசியல் தலைமைகளின் இராசதந்திரத்தைக் குறைத்து மதிப்பிடுகிறீர்கள் என்றே நினைக்கிறேன். சர்வதேசம் போர்க்குற்ற விசாரணையை நடத்தாது, இனப் படுகொலை நிகழ்த்தியவர்களைச் சர்வதேச நீதிமன்றம் தண்டிக்காது என்றெல்லாம் படிப்பறிவற்ற எனக்கே தெரியும் போது, சட்டங்களைக் கரைத்துக் குடித்த சம்பந்தனுக்கும், சுமந்திரனுக்கும், கஜேந்திரகுமாருக்கும், விக்கினேஸ்வரனுக்கும் அது தெரியாதா! அவர்கள் சர்வதேசப் போர்க்குற்ற விசாரணை, தமிழீழத்துக்கான பொது வாக்கெடுப்பு என்றெல்லாம் மனமாரப் பொய்களைச் சொல்லி, தேர்தலில் வாக்குகளைப் பெறுவதற்கான இராசதந்திர நகர்வுகளை வெற்றிகரமாகச் செய்தார்கள். இப்போது அதைப் பேசுவதைக் கொஞ்சம் குறைத்து வைத்திருக்கிறார்கள். அடுத்த தேர்தல் வரும்போது மீண்டும் பேசக்கூடும்.

சிவசேனை சச்சிதானந்தன், காசி ஆனந்தன் போன்றவர்களுடையது ஆன்மிக இராசதந்திரம். 'ஈழத் தமிழர்கள் இந்துக்களே' எனச் சொல்லி இந்தியச் சங்கிகளின் ஆதரவைப் பெறுவது அவர்களின் திட்டம். 'நாடு கடந்த தமிழீழ அரசாங்கம்' என்ன செய்து கொண்டிருக்கிறது எனத் தெரியவில்லை. அ.தி.மு.க. பொதுச் செயலாளர் ஜெயலலிதா ஊழலுக்காகத் தண்டனை பெற்று, பெங்களூரு சிறையில் அடைக்கப்பட்ட போது 'தர்மத்திற்கே தண்டனையா' என ஓர் இராசதந்திர அறிக்கையை அவர்கள் வெளியிட்டிருந்தார்கள் என்பது மட்டுமே என் ஞாபகத்திலுண்டு.

சர்வதேச வல்லரசு நாடுகள் தமது அரசியல் மற்றும் மூலதன நலன்களுக்காக இலங்கை அரசுடன் நல்லுறவையே கொண்டிருக்கிறார்கள். இந்த நாடுகளும், இவற்றால் இயக்கப்படும் பொது நிறுவனங்களும் இலங்கைப் பிரச்சினையில்

மனிதவுரிமை மீறலைக் கண்காணிப்பது என்ற எல்லையுடனேயே தங்களை நிறுத்திக் கொண்டிருக்கிறார்கள். அதையும் அவர்கள் சரிவரச் செய்யவில்லை. இதைத் தாண்டி அவர்கள் இலங்கை இனப் பிரச்சினையில் தலையீடு செய்யப் போவதில்லை. முதலில் இந்த உண்மையை நாம் புரிந்து கொண்டோமா? இந்த எளிய உண்மையைப் புரிந்து கொள்ளப் பத்து வருட காலங்கள் போதாதா? இனி இலங்கையில் நடக்கும் எந்த அரசுக் கொள்கை மாற்றமும் நாடாளுமன்ற அரசியல் வழியே தான் நடக்கும். அதை எதிர்கொள்ளச் சிறுபான்மை இனங்களுக்குத் தேவையானவை தமக்கிடையேயான அரசியல் ஒற்றுமையும் அணித் திரட்சியுமே.

■ *நாடாளுமன்ற அரசியல் வழியே இலங்கையில் அரசுக் கொள்கை மாற்றம் நிகழ்ந்து விடுமென நீங்கள் கூறுவது உண்மையில் அதிர்ச்சியாக இருக்கிறது ஷோபா. எப்படி இத்தனை ஆண்டு காலமாக தமிழர்கள் மீது நிகழ்த்தப்பட்ட மிக மோசமான படுகொலைகளையும், வகைதொகையற்ற வன்முறைகளையும் எந்தவித ஆட்சேபணையுமில்லாமல் வேடிக்கை பார்த்துக் கொண்டிருந்த இலங்கையின் நாடாளுமன்ற அரசியல் மூலம் இலங்கையில் உள்ள சிறுபான்மை இனங்களுக்கு விடிவு கிடைக்குமென எண்ணுகிறீர்களா? அதற்கு உங்கள் அரசியல் அறிவில் என்ன உத்தரவாதம்?*

நாடாளுமன்ற அரசியல் வழியாகத்தான் இலங்கையில் அரசினுடைய கொள்கைகள் நிறைவேற்றப்படுகின்றன என்பதில் உங்களுக்கு என்ன சந்தேகம்? வேறேதாவது வழியில் இலங்கையின் அரசியல் தலைவிதியைத் தீர்மானிக்க முடியும் என்பதில் எனக்கு இப்போது நம்பிக்கையில்லை.

ஒடுக்கப்பட்ட மக்கள் எழுச்சியடைந்து அரசியலதிகாரத்தைக் கைப்பற்றுவது அற்புதமான விஷயம் தான். அது நடந்துவிடும் என்றுகூட நான் நீண்ட நாட்களாக நம்பிக் கொண்டிருந்தேன். அந்த நம்பிக்கையால் உந்தப்பட்டு, ஒரு ட்ராட்ஸ்கியக் கட்சியோடு சில ஆண்டுகள் வேலையும் செய்தேன். ஆனால், அப்படி நடப்பதற்கான எந்த அக - புறச் சூழல்களும் இலங்கையில் கிடையாது. இயக்கங்களின் வழியில் ஆயுதப் போராட்டத்தை எங்கள் மக்கள் முன்னெடுப்பார்கள் என்றும் நான் நம்பவில்லை.

தவிரவும், ஆயுதப் போராட்டத்தைக் காட்டிலும் நாடாளுமன்ற அரசியல் முறையே சிறந்தது என்றே நான் இப்போது நம்புகிறேன்.

இலங்கையில் புரட்சி வரும், எழுச்சி வரும், அய்ந்தாம் கட்ட ஈழப்போர் வெடிக்கும் என்றெல்லாம் யூ-டியூபில் கணக்குள்ள எவர் வேண்டுமானாலும் சுலபமாகச் சொல்லிவிடலாம். இதைச் சொல்வதால் இவர்கள் எதையும் இழக்கப் போவதில்லை. இப்படிச் சொல்பவர்களில் ஏறக்குறைய முழுப் பேருமே இலங்கைக்கு வெளியே வாழ்பவர்கள் என்பதும் உங்களுக்குத் தெரிந்ததே.

இன்று இலங்கையிலுள்ள அனைத்துத் தமிழ் அரசியல் கட்சிகளும் நாடாளுமன்ற அரசியலில் தான் ஈடுபட்டுள்ளன. இலங்கையின் இடதுசாரிக் கட்சிகள் எல்லாமே தேர்தல் அரசியலில் பங்கெடுக்கின்றன. புலிகளின் முன்னாள் உறுப்பினர்கள் கூட ஒரு தேர்தல் கட்சியை ஆரம்பித்திருக்கிறார்கள். நாடாளுமன்ற அரசியலில் சிறுபான்மை இனங்கள் இன்னும் முற்றாக வலுவிழந்து விடவில்லை. அவர்கள் ஓரணியில் நின்று தான் மகிந்த ராஜபக்சவைத் தோல்வியடையச் செய்தார்கள். 'தமிழர்களின் வாக்குகளாலேயே நான் தோற்கடிக்கப்பட்டேன்' என மகிந்தவே சொன்னார். இம்முறை சனாதிபதி தேர்தலில், இன்னும் அற்புதமான முறையில் சிறுபான்மை இனங்கள் ஒருங்கே நின்று கோத்தபய ராஜபக்சவுக்கு எதிராக வாக்களித்தார்கள். மாகாண சபைத் தேர்தல்களிலும், நாடாளுமன்றத் தேர்தல்களிலும் தமிழர்களில் அறுதிப் பெரும்பான்மையினர் 'தமிழ்த் தேசியக் கூட்டமைப்பு'க்குப் பின்னேயே திரண்டார்கள். இந்த ஒற்றுமை இன்னும் வலுப்பட வேண்டும். தமிழ் மக்களின் நலனைக் கருத்தில் கொண்டு, தமிழ்க் கட்சிகள் வேற்றுமையிலும் ஒற்றுமையைக் கடைபிடிக்க வேண்டும். நாடாளுமன்றத்தில், சிறுபான்மை இனங்கள் தீர்மானகரமான சக்திகளில் ஒன்றாக மாறுவதால் மட்டுமே இலங்கை அரசியல் சாசனத்திலோ, அரசுக் கொள்கைகளிலோ மாற்றம் கொண்டுவர முடியும். இது நடக்காதென்றால், முழு இலங்கையும் நீண்டகாலப் போக்கில் சிங்களமயமாக்கப்பட்டு விடும். பெரும்பான்மை இனத்தின் கீழே சிறுபான்மை இனங்கள் அடக்கி வைக்கப்பட்டிருந்த எத்தனையோ நாடுகளில் கடைசியாக இப்படித்தான் நடந்து முடிந்திருக்கிறது. கேட்கக் காதுள்ளவன் கேட்கக்கடவன்.

■ *உங்களுக்குப் பிடித்த எழுத்தாளர் எஸ்.பொ., உங்கள் படைப்புக்களில் பாதிப்பைச் செலுத்துகிறாரா?*

என்னுடைய ஆரம்ப காலச் சிறுகதைகளின் எடுத்துரைப்பு முறையில் அவரின் பாதிப்பு நிச்சயமாக இருந்தது. எனினும் விரைவிலேயே அதிலிருந்து மீண்டு எனக்கான பாணியை உருவாக்கி விட்டேன் என்று தான் நினைக்கிறேன். ஆனால், அப்பையா எஸ்.பொ.வும், தந்தை டானியலும், கு. அழகிரிசாமியும், டால்ஸ்டாயும், பாரதியும், மகாஸ்வேதா தேவியும், ஜெயகாந்தனும் தங்களது எழுத்துகள் வழியே எனக்கு வாழ்க்கையைக் காட்டிக் கொடுத்தார்கள். அவர்கள் என் ஆன்மாவை நிறைத்திருக்கிறார்கள். என் எழுத்தில் மட்டுமல்ல; என் தனிப்பட்ட வாழ்க்கையில், அன்றாடச் செயற்பாடுகளில், அரசியல் அறத்தில், காதல் வாழ்க்கையில், ஏன் செக்ஸில் கூட அவர்கள் கலந்திருக்கிறார்கள்.

■ *ஒரு படைப்பாளிக்கு தேடல் அவசியமானது என்கிற கருதுகோள் எனக்குண்டு. நீங்கள் புலம் பெயர்ந்து வாழும் பிரான்ஸ் நாட்டின் சித்திரங்களை உங்கள் புனைவுகள் இன்னும் தீவிரமாக வெளிப்படுத்தத் தொடங்கவில்லை. 'வெள்ளிக்கிழமை' சிறுகதையில் அது தொடப்பட்டிருக்கிறது. ஏன் நீங்கள் பிரான்ஸை உங்களின் அனுபவங்களுக்குள்ளால் இன்னும் படைப்புகளில் முன்வைக்கத் தொடங்கவில்லை?*

ஏனென்றால், எனக்கு பிரான்ஸ் நாட்டோடு உணர்வுபூர்வமாக எந்தப் பிணைப்பும் ஏற்படவில்லை. இந்நாட்டின் மொழியை, கலாசாரத்தைக் கற்றுக்கொள்ள வேண்டுமென்று எனக்கு எந்த உந்துதலும் ஏற்படவில்லை. மனம் முழுவதும் ஈழத்தைச் சுற்றியே அலைகிறது. நினைவுகள், கனவுகள், கற்பனைகள் எல்லாமே தாய்நாட்டைச் சுற்றியதுதான். இது ஏதோ எனக்கு மட்டுமேயுள்ள இயல்பாக நீங்கள் கருதத் தேவையில்லை. என் தலைமுறையில் புலம்பெயர்ந்த எழுத்தாளர்களில் தொண்ணூறு விழுக்காட்டினருக்கும் பொதுவான பண்பு இது. அதுவும் பழைய இயக்கக்காரர்கள் என்றால் கேட்கவே வேண்டாம். எல்லோரும் அறுபது வயதைக் கிட்டத்தட்ட நெருங்குகிறார்கள். ஆனால், இன்னமும் எண்பதுகளின் ஈழத்திலும், வெலிக்கடை

சிறையிலும், இந்தியாவின் சவுக்குமரக் காடுகளுக்குள்ளுமே அவர்கள் வாழ்ந்து கொண்டிருக்கிறார்கள்.

■ புலம் பெயர் வாழ்வின் மிக முக்கியமான பிரச்சினையைப் பதிலாகக் கூறியிருக்கிறீர்கள். உங்களுடைய இலக்கிய செயற்பாட்டினைக் கடந்து, நீங்கள் இன்றைக்கு ஒரு திரைப்பட நடிகரும் கூட. நடிகராக உங்களுக்குக் கிடைத்த வரவேற்பு குறித்துச் சொல்லுங்கள்?

சிறிமா - சாஸ்திரி ஒப்பந்தத்தின் மூலம், மலையகத் தமிழர்கள் இலங்கையிலிருந்து நாடு கடத்தப்பட்டார்கள். அப்போது மலையகத் தமிழர்களை நாடற்றவர்களாக அடையாளப்படுத்துவதற்காக, இலங்கையில் தேசிய அடையாள அட்டைச் சட்டம் கொண்டு வரப்பட்டது. அண்மையில் இந்தியாவில் கடும் எதிர்ப்புக்குள்ளான CAA - NPR போன்ற சட்டமேயது. அந்தச் சட்டத்தை எதிர்த்து, எங்களது கிராமத்துப் பண்டிதர் க.வ. ஆறுமுகம் 'அடையாள அட்டை' என்றொரு நாடகத்தை எழுதி மேடையேற்றினார். அந்த நாடகம் ஓரளவு பிரபலமானது. யாழ் முற்றவெளி அரங்கில் கூட நிகழ்த்தப்பட்டது. அந்த நாடகம் நடத்துவதற்குக் காவல்துறையினரின் இடைஞ்சலுமிருந்தது. அந்த நாடகத்தில் என் ஊரவர்களே நடித்தார்கள். என்னுடைய அப்பாவும் நடித்திருந்தார்.

எங்களது கிராமத்தில் எல்லோருக்குமே நடிக்கும் ஆசை இருந்தது என்றால் ஒருவேளை உங்களுக்கு ஆச்சரியமாகயிருக்கும். கிராமத் திருவிழாக்களில் நாடகமோ கூத்தோ நடத்தப்படும்போது, அதில் ஒரு பாத்திரத்தை எப்படியாவது பெற்றுவிடுவதற்குப் பல இராசதந்திர நகர்வுகளை மேற்கொள்வோம். பத்து வயதிலேயே காலில் சலங்கை கட்டிவிட்டேன். நடிப்பது குறித்த என் கனவுகள் பெரிதாகவேயிருந்தன.

'தீபன்' படத்திற்குப் பிறகு, சிறிதும் பெரிதுமாகப் பத்து பிரெஞ்சு, ஆங்கிலப் படங்களில் நடித்துள்ளேன். மேடையிலும் நடிக்க வாய்ப்புக் கிடைத்தது. நடிகராக எனக்குக் கிடைத்த வரவேற்பு பற்றிக் கேட்டிருந்தீர்கள். பிழையில்லாமல் நடிக்கிறேன் என்றுதான் பத்திரிகைகளில் எழுதுகிறார்கள். Cannes, Cesar, INOCA, Helpmann விருதுகளுக்காகச் சிறந்த நடிகர் பிரிவில் பரிந்துரையாகியிருந்தேன். எனினும் மகா நடிகர்கள் விருதைத்

தட்டிச் சென்றுவிட்டார்கள். சிறந்த நடிகருக்கான *International Cinephile Society* விருது கிடைத்தது. இவையெல்லாம் மற்றவர்கள் எழுதிய கதைகளில் நான் நடித்ததற்காகக் கிடைத்தவை. நான் திரைக்கதையில் பங்களித்து நடித்திருந்த 'செங்கடல்' திரைப்படம் 'இந்தியன் பனோரமா' உட்படப் பல்வேறு உலகத் திரைப்பட விழாக்களில் காண்பிக்கப்பட்டதும், '*ROOBHA*' திரைப்படம் பால்புதுமையினர் திரைப்பட விழாக்களில் திரையிடப்பட்டு உரையாடல்களை உருவாக்கியதும் எனக்கு எழுத்தாளனாகவும் மகிழ்ச்சியளிப்பவை.

■ *ஜெயமோகன், ஒரு குறிப்பிடத் தகுந்த எழுத்தாளராக நிறைய இடங்களில் உங்களைச் சுட்டிக்காட்டியுள்ளார். உங்கள் இலக்கியத்தின் முக்கிய அம்சமாக வருகிற பகடிக் கலையை அவர் பாராட்டியுமிருக்கிறார். அவரின் புனைவுகளில் உங்களுக்கு இணக்கமான பிரதி என்றால் எதனைக் கூறுவீர்கள்?*

ஜெயமோகனின் பிரதிகளிலே எது பிடித்தமானது எனக் கேட்டாலே சொல்ல மாட்டேனா? எதற்கு இப்படிச் சுற்றி வளைத்துக் கேட்கிறீர்கள் என்பது எனக்குப் பிடிபடவில்லை.

'ஏழாம் உலகம்' நாவலைச் சொல்வேன். நுட்பமான அவதானிப்புகளும் சித்திரிப்புகளுமாக மானுடத்தின் இழிவை முன்வைத்து, மாபெரும் குற்றவுணர்வுக்குள் நம்மைத் தள்ளி நிலைகுலையச் செய்துவிடும் நாவலது. மானுட அறங்களுள் தலையாயது 'குற்றவுணர்வு' என்ற கருத்து எனக்குண்டு. உலகின் மகத்தான பல நாவல்களில் இந்தத் தன்மை இருப்பதை அவதானித்திருக்கிறேன். புத்துயிர்ப்பு, ஆரண்யக், *Uncle Tom's cabin* என்று சொல்லிக்கொண்டே போகலாம்.

ஏழாம் உலகம் நாவலின் அடிப்படையில் எடுக்கப்பட்ட 'நான் கடவுள்' திரைப்படத்தில்; அகோரி, அஹம் பிரம்மாஸ்மி கொலைக் கூத்துக்களை அடித்திருக்காவிட்டால், அந்தத் திரைப்படம் உலகத் தரத்துக்கு உயர்ந்து நின்றிருக்கும். அந்த நாவலுக்கும், படத்தை இயக்கிய பாலாவுக்கும், இசையமைத்த இசைஞானிக்கும் அந்த உயரத்திற்குச் செல்வதற்கான வல்லமையுண்டு.

■ *உங்களுடைய வாசிப்பில் எப்போதும் ஞாபகத்தில் நிற்கும் புத்தகம் எது? ஞாபகத்தில் நிற்பதற்கான காரணம் என்ன?*

ஆர்.கே. நாராயணன் எழுதிய 'Malgudi Days' நூல் குறித்து என் சிறுவயதிலேயே கேள்விப்பட்டிருந்தேன். அதைப் படிப்பதற்கு மிகவும் ஆர்வமாகயிருந்தாலும், தமிழ் மொழிபெயர்ப்பு இல்லாததால் படிக்க முடியவில்லை. அந்நூல் பல்வேறு உலக மொழிகளிலும் மொழியாக்கம் செய்யப்பட்டது, நியூயோர்க் டைம்ஸ் போன்ற பத்திரிகைகளெல்லாம் அந்நூலைப் புகழ்ந்தன எனக் கேள்விப்பட்ட போதெல்லாம், அந்நூலைப் படித்தாக வேண்டுமென வெறியே வந்தது. கிட்டத்தட்ட முப்பது ஆண்டுகள் காத்திருந்ததன் பின்பாக, சென்ற சென்னைப் புத்தகக் கண்காட்சியில் அந்நூலின் தமிழ் மொழிபெயர்ப்பைக் கண்டுபிடித்தேன்.

ஆனால், அந்நூலில் உள்ள கதைகளில் பெரும்பாலானவை மிகச் சாதாரண கதைகளே. வீரகேசரி வார மலர்களில் இவற்றைவிடச் சிறந்த கதைகளை நான் படித்திருக்கிறேன். எதைக்கண்டு வெளிநாட்டார் இந்நூலை வணக்கம் செய்தார்கள் என எனக்கு இன்னும் புரியவேயில்லை. இந்தப் புத்தகம் இனி எப்போதும் என் ஞாபகத்தில் நிற்கும். இனி ஒவ்வொரு புத்தகத்தை வாங்கும்போதும், இந்நூலின் வாசிப்பு அனுபவம் என்னை எச்சரித்துச் சாக்கிரதையாக வழிநடத்தும்.

- *உங்களுடைய புனைவுகளுக்கும் அ-புனைவுகளுக்கும் இடையில் நிறைய வித்தியாசங்கள் இல்லை. 'வேலைக்காரிகளின் புத்தகம்' ஒரு கட்டுரைத் தொகுப்பாக அறிவிக்கப்பட்டாலும் அதே புனைவு மொழியே இருக்கிறதே ஏன்? இதனையுமொரு பின்நவீனத்துவச் செயற்பாடென விளங்கிக் கொள்ளலாமா?*

பின்நவீனத்துவம் என்றெல்லாம் ஏன் பெரிய பெரிய வார்த்தைகளைச் சொல்கிறீர்கள்! அறிஞர் அண்ணா 'கம்பரசம்' நூலில் கையாண்டிருந்த விமர்சன மொழி என்னை மிகவும் பாதித்திருந்த காலத்தில் தான், எனது முதல் நீள் கட்டுரையான 'சோவியத் சினிமாக்களும் சில்க் ஸ்மிதாவின் முகங்களும்' என்ற கட்டுரையை எழுதினேன். அந்தக் கட்டுரையில் 'கம்பரசம்' பாணியையே அடியொற்றினேன். கதைச் சுவாரசியத்தோடேயே கட்டுரைகளையும் எழுதிவிடலாம் எனத் தெரிந்துகொண்டேன்.

'புதிய ஜனநாயகம்', 'புதிய கலாச்சாரம்' இதழ்கள் கையாண்ட மொழியின் பாதிப்பும் என்னிடருந்தது. அதனால், என்னுடைய விமர்சன எழுத்துகளில் அப்போது ஒரு மூர்க்கத்தனமுமிருந்தது. இப்படியாகத்தான் இன்றைய என் அ-புனைவு மொழி உருவானது. இதை உங்களால் நம்பமுடியவில்லை என்றால், கூட்டுப்புழுவிலிருந்து தான் பட்டாம்பூச்சி உருவாகிறது என்பதையும் நீங்கள் நம்பமாட்டீர்கள்.

- கொரோனா கொள்ளை நோய்க் காலத்திற்குப் பின்பான உலக அரசியலில் நிறைய நெருக்கடிகள் நிகழுமென எல்லோரும் கருதுகிறார்கள். இந்த நோயின் தாக்கம் நீங்கள் வாழக்கூடிய பிரான்ஸிலும் தற்போது அதிகமாகவே இருக்கிறது. இதன் பிறகான உலகம் எந்த மாதிரியான பிரச்சினைகளை எதிர்கொள்ளுமென அச்சப்படுகிறீர்கள்?

எதிர்கொள்ளப் போகும் பாரிய பொருளாதாரச் சரிவு, வேலையிழப்பு, மருத்துவக் கட்டமைப்பின் சீர்குலைவு எல்லாம் பேசப்பட்டுக் கொண்டிருக்கும் விஷயங்கள் தான். அதிகமும் கவனம் குவிக்கப்படாத விஷயமொன்றைக் குறித்தும் நாம் அச்சப்பட வேண்டியிருக்கிறது.

போர், அரசியல் அச்சுறுத்தல்கள், இயற்கை அழிவுகள், வறுமை போன்ற காரணங்களால் அகதிகளும் குடியேற்றத் தொழிலாளர்களும் உலகம் முழுவதும் புலம் பெயர்ந்து கொண்டேயிருக்கிறார்கள். இவர்களது வருகையைத் தடுக்கப் பல நாட்டு அரசாங்கங்கள் கடுமையாக முயன்றுகொண்டேயிருந்தன. இந்தப் பேரழிவைச் சாக்காக வைத்து, அகதிகளுக்கும் குடியேற்றத் தொழிலாளர்களுக்கும் கதவுகள் முற்றாகவே மூடப்பட்டுவிடுமோ என அஞ்சுகிறேன்.

எனக்கொரு ஆசையுமுள்ளது. கடவுள் நம்பிக்கையாளர்களைப் பார்க்கும் போதெல்லாம், என்னால் அவர்களுடைய முட்டாள் தனத்தை நம்பவே முடியாமலிருக்கிறது. அதிலும் கற்றறிந்தவர்கள், இலக்கியம் பயின்றவர்கள், விஞ்ஞானிகள் போன்றோர் எப்படித் தாங்கள் கற்ற அறிவுக்குச் சற்றும் சம்பந்தமில்லாமல் கோயில்களிலும், சேர்ச்சுகளிலும், பள்ளிவாயில்களிலும், சடங்குகளிலும் கடவுள்களைத் தேடிக்கொண்டிருக்கிறார்கள் என்பது எனக்குப் புரியவேயில்லை. சக மனிதர்களும்,

அறிவாயுதமும், குழந்தைகளும் கொடுக்காத அரவணைப்பையும் மன நிம்மதியையும் நம்பிக்கையையுமா கடவுள் என்கிற கற்பிதம் கொடுத்துவிடப் போகிறது? ஆகக் குறைந்தது, கடவுளை வணங்குவதில் எவ்வளவு நேரமும், சடங்குகளில் பொருளும் வீணாகிறது என்று கூடவா யோசிக்க மாட்டார்கள்? இது பெரும் மூடநம்பிக்கை என்றால், சிறுதெய்வ வழிபாடு எனச் சொல்லி சிறு மூடநம்பிக்கையைப் பேசுபவர்கள் தனி. பண்பாடு, மரபு எனச் சொல்லி மதங்களைப் தூக்கிப் பிடிக்கும் அறிவுஜீவிக் கிரிமினல்களுக்கும் குறைவில்லை.

கடவுள் நம்பிக்கையே அற்ற முக்கால்வாசிச் சனத்தொகையைக் கொண்ட சுவீடன், நோர்வே, ஜப்பான் போன்ற நாடுகளில் வாழும் மனிதர்களெல்லாம் என்ன கெட்டுவிட்டார்கள்? அவர்களிடம் காதலும், உறவும், கலையும், இலக்கியமும், பண்பாடும், கலாசாரமும், மனித மாண்புகளும் இல்லையா என்ன! இலங்கையிலும் இந்தியாவிலும் நடப்பது போல, மதத்தின் பெயரால் சக மனிதனையும் பெண்களையும் அவர்கள் விலக்கியா வைக்கிறார்கள்? கொன்றா போடுகிறார்கள்?

புரட்சிகளின் பின்னாக மட்டுமல்லாமல், மனிதப் பேரழிவுகளின் பின்னாலும் கூட மக்கள் கூட்டாகத் தங்களது நம்பிக்கைகளை மாற்றிக் கொண்டிருக்கிறார்கள். இரண்டாம் உலகப் போரின் பின்னாக அய்ரோப்பாவில் சனநாயகம், தனிமனித உரிமைகள் குறித்த விழிப்புணர்வு வெகுவாக அதிகரித்ததையும், உலகம் முழுவதும் காலனித்துவத்திற்கு எதிரான எழுச்சிகள் உத்வேகம் பெற்றதையும் நாம் கவனிக்கலாம்.

கண்முன்னே நடக்கும் ‘கொரோனா’ என்னும் பெரும் மானுட அழிவைப் பார்த்தாவது, மூடப்பட்டு இருண்டு கிடக்கும் வழிபாட்டுத் தலங்களைப் பார்த்தாவது இந்தக் கடவுள் நம்பிக்கையாளர்கள் மூடநம்பிக்கைகளிலிருந்து விழித்துக்கொள்ள மாட்டார்களா, மதங்களை விட்டு வெளியேற மாட்டார்களா என்ற பேராசை எனக்குண்டு.

அகதிகளுக்கான பைபிளை எழுதுகிறேன்

□ வனம், பெப்ரவரி 2021
□ நேர்கண்டவர்கள்: **சாஜித் அஹமட் - ஷாதிர் யாசீன்**

■ இருபது வருடங்களுக்கும் மேலாகத் தொடர்ந்தும் எழுத்தில் இயங்கி வரும் நீங்கள்; தற்கால இலக்கியப் போக்குகளால் சலிப்படைகிறீர்களா?

சலிப்பு என்பதற்கு என் வாழ்வின் எந்தக் கட்டத்திலும் இடமே கிடையாது. சலிப்பையோ, விரக்தியையோ, உளச் சோம்பலையோ ஒருபோதுமே நான் உணர்ந்ததில்லை. கற்பனைத் திறன் உள்ளவனுடைய வாழ்க்கை வேறு. உலகம் வேறு. அவனுக்கான ஒழுங்குகளும், பழக்க வழக்கங்களும், ஒழுக்கமும் வேறு. நான் அங்கேயே தான் சஞ்சரித்துக் கொண்டிருக்கிறேன். பலரால் மகிழ்ச்சியை அடையத்தான் முடியும். எனக்கு அதை உருவாக்கவே தெரியும். மகிழ்ச்சி என் சுண்டுவிரல் அசைவுக்காகக் காத்திருக்கும் நாய்க்குட்டி. எனவே வாழ்வின் எந்தக் கட்டத்திலும் என்னை எதிர்மறை எண்ணங்கள் நெருங்கியதேயில்லை. எதிர்காலத்தில் முதுமையோ, நோயோ என்னை விரக்தியில் வீழ்த்திவிட வாயைப் பிளந்துகொண்டு காத்திருக்கின்றன என்றுதான் நினைக்கிறேன். அப்போதும் என் கற்பனை வழியாக நான் தப்பித்துக் கொண்டேயிருப்பேன்.

இலக்கியம் ஒருபோதும் சலிப்பை உண்டு பண்ணாது. அது உங்களைப் பண்பட்ட உயிரியாகப் பக்குவப்படுத்தும். இலக்கியம் உங்கள் மனதைச் சமநிலையில் வைத்து உங்களை நிதானப்படுத்தும். பொறுமையையும், அன்பையும், காதலையும் இருதயத்தில் கசிய விட்டவாறேயிருக்கும். வெறுப்பையும், பகையுணர்ச்சியையும் கழுவித் துடைக்கும். என்னுடைய நண்பர்கள் வாழ்க்கையைக் குறித்துப் புகார் சொல்லும்

போதெல்லாம், நான் அவர்களுக்கு இலக்கிய வாசிப்பையே பரிந்துரைக்கிறேன். உங்களது நெற்றிக்கு நேரே துப்பாக்கி பிடிக்கப்பட்டிருக்கும் போது, கடவுளை நினைக்காதீர்கள்! மனைவி, பிள்ளைகளை நினைக்காதீர்கள்! பாரதியுடையதோ, அன்னா அக்மதோவாவுடையதோ கவிதை வரிகளை ஞாபகத்தில் வைத்துக்கொண்டு கவுரவமாகவும் அமைதியாகவும் செத்துப்போங்கள்.

தற்கால இலக்கியப் போக்குகளால் சலிப்படைகிறீர்களா? எனக் கேட்டிருந்தீர்கள். பொதுவாக நல்ல இலக்கியத்தையும், போலி எழுத்துகளையும் நூலின் ஒன்றிரண்டு பக்கங்களை வாசிக்கும் போதே அடையாளம் கண்டுபிடித்துவிடலாம். இப்போதெல்லாம் அந்தச் சிரமம் கூடக் கிடையாது. புத்தகத்தின் பின்னட்டையில் பதிப்பகத்தால் எழுதப்பட்டிருக்கும் குறிப்பைப் படித்தாலே நூலின் யோக்கியதை பெரும்பாலும் புரிந்துவிடுகிறது. தண்ணீரிலிருந்து பாலைப் பிரிக்கும் நுட்பமறிந்த பறவைக்குச் சலிப்பு ஏற்படாது. மாறாக, பாலின் மீதான வேட்கை அதிகரித்துக் கொண்டே செல்லும்.

- *அண்மைக் காலமாக உங்களது 'இச்சா' நாவல் மீது பல வெரைட்டியான விமர்சனங்கள் முன் வைக்கப்படுகிறதே? தேர்ந்த வாசகன் என்ற அடிப்படையில் எப்படிப் பார்க்கிறீர்கள்?*

ஓர் எழுத்தாளனுக்கு விமர்சனத்தைத் தவிர மகிழ்ச்சியைக் கொடுப்பது வேறெதுவாக இருக்கும்! நல்வாய்ப்பாக என்னுடைய முதல் கதையிலிருந்தே நான் தொடர்ந்து வாசிக்கப்படுகிறேன், அதனாலேயே எப்போதுமே விமர்சிக்கப்படுகிறேன் என்பதில் எனக்குப் பெரும் மகிழ்ச்சியே. என் கதைகள் மீதான விமர்சனங்கள் எப்போது நிறுத்தப்படுகின்றனவோ, அப்போது நான் மூளை செத்தவனாகிவிட்டேன் என்பதே பொருளாகும். விமர்சனங்கள் என்பதற்குள் நீங்கள் பச்சையான அவதூறுகளைச் சேர்த்திருக்க மாட்டீர்கள் என்றே நம்புகிறேன். ஓர் இலக்கிய இதழின் வேலை அவதூறுகளைப் பொருட்படுத்தி விவாதிப்பதும், சாமர்த்தியமாகக் கோள்மூட்டி விடுவதுமல்ல என்பது உங்களுக்குத் தெரியும்.

ஒருவர் எழுதிய புத்தகத்துக்கு, நீங்கள் அறிமுகமோ வாழ்த்தோ சில சொற்களில் சொல்லிச் சென்றுவிடலாம். அதில் தவறில்லை.

ஆனால், நீங்கள் அந்த நூலை விமர்சனம் செய்யப் பொறுப்பு எடுத்துக்கொண்டால், அந்த விமர்சனம் முழுமையாக அமைய வேண்டும் என்றே நான் விரும்புகின்றேன். இடப் பக்கத்து வாயில் கடலை வடையைக் கடித்துக்கொண்டே, வலப் பக்க வாயில் நூலைக் கடித்துக் குதறுவதெல்லாம் அநீதி. ஒரு நூலை எழுதுவதற்காகப் படைப்பாளி கொட்டிய உழைப்பையும் நேரத்தையும் நீங்கள் மதித்தே ஆக வேண்டும். அந்த மதிப்புடன் உங்களது விமர்சனங்கள் அமைய வேண்டும். விமர்சனத்துக்கே அந்த நூல் தகுதியற்றது என நீங்கள் கருதினால் விட்டுவிடுங்கள். விமர்சிக்கும் வேலையை நீங்கள் வருத்தப்பட்டு ஸூமில் சுமக்கக் கூடாது.

இத்தகைய பொறுப்பற்ற விமர்சனப் போக்குகளால் எந்தப் படைப்பாளியும் நிச்சயம் வேதனையுறவே செய்வார். ஒரு படைப்பாளியை வேதனையுறச் செய்வதில் கிளர்ச்சியடைவது அருவருப்பானது. இப்போது ஒரு 'ட்ரெண்ட்' ஓடுவதை நீங்கள் கவனித்திருக்கலாம். என்னைப் பற்றிக் கூட அப்படிச் சிலர் சொல்கிறார்கள். அதாவது, இந்திய வாசகர்களுக்காக நான் எழுதுகிறேனாம். இலக்கிய வாசகர்களில் ஈழமாவது இந்தியாவாவது மலேசியாவாவது மயிராவது! எல்லோரும் தமிழ் இலக்கியம் என்ற தொன்மையான நீண்ட பரப்புக்குள் இயங்கிக் கொண்டிருக்கிறோம். முடிந்தால் சர்வதேச இலக்கியப் பரப்புக்குள் போகவும் எத்தனிக்கிறோம். இலக்கியம் என்ன இறால் சொதியா ஈழத்துக்கு மட்டும் தனித்துவமாகப் படைப்பதற்கு?

நான் தெரியாமல் தான் கேட்கிறேன்... என்னுடைய கதைகளை ஈழத்தவர்கள் படிப்பதில்லையா என்ன! ஈழத்து வாசகர்களிடமோ, புலம் பெயர்ந்த வாசகர்களிடமோ நீங்கள் தேடிப் படிக்கும் எழுத்தாளர் யாரென்று கேட்டால் அவர்கள் என் பெயரையும் சொல்வார்கள் தானே. இல்லையென்று மறுக்க யாருக்கும் தைரியமிருக்காது என்றே நம்புகிறேன். பிறகென்ன தமிழக வாசகர்களை மட்டுமே இலக்கு வைத்து எழுதுகிறேன் எனக் குற்றச்சாட்டும் குதர்க்கமும்!

இந்த நொட்டை விமர்சகர்களுக்கு முகநூலைத் தெரிந்தளவுக்கு, தீவிர இலக்கிய வாசகர்களைப் பற்றித் தெரியாது. இலக்கியத்தின்

மீதான அவர்களது கூர்மையான வாசிப்பை இவர்கள் அறிந்து கொள்ளமாட்டார்கள். போலி இலக்கியமெல்லாம் தமிழகத்தில் மட்டுமல்ல, எங்கேயுமே செல்லுபடியாகாது. தகுதியே இல்லாமல் தீவிர இலக்கியத்திலோ, சிறுபத்திரிகை உலகிலோ கவனம் பெற்ற ஒரேயொரு படைப்பாளியைக் காட்டிவிடுங்கள் பார்க்கலாம். கிடையவே கிடையாது. நீங்கள் நூலுக்காக எத்தனை விளம்பரம் செய்தும், நடிகர்களைக் கூப்பிட்டு நூல் வெளியீடு செய்தும், முகநூலில் 'லைவ்' போட்டும் உங்களுடைய தகுதியற்ற நூலை இலக்கியமென ஒருபோதும் தூக்கி நிறுத்தவே முடியாது. அப்படிச் செய்துவிட முடியுமென்றால், என்னுடைய அருமை நண்பர் அராத்து தான் தமிழின் மிகச் சிறந்த இலக்கியப் படைப்பாளியாக அடையாளம் பெற்றிருப்பார். அப்படி ஏதாவது எதிர்கால வரலாற்றில் நிகழ்ந்தால், நான் உயிரோடேயே இருக்கமாட்டேன் என உங்களிடம் சத்தியமே செய்து தருகிறேன். இலக்கியத்தைப் பொறுத்தவரை நானெல்லாம் அசுணப் பட்சி போல. அந்தப் பறவை கெட்ட சங்கீதத்தைக் கேட்ட மாத்திரத்திலேயே உயிர் துறந்துவிடுமாம்.

■ கண்டி வீரனுக்குப் பிறகு சிறுகதை ஓட்டத்தில் உங்களை காண முடிவதில்லை. 'ரம்ழான்' போன்ற புதுரக வாசிப்பு சிறுகதை மனத்தினை விட்டு ஒதுங்கிக் கொண்டதன் சூழல் எத்தகையது?

பார்த்தீர்களா! பேசிக்கொண்டிருக்கும் போதே பொசுக்கென்று ஒரு விமர்சனத்தைப் போகிற போக்கில் வீசிவிட்டீர்கள். உண்மையிலேயே உங்களது கேள்விக்கு என்ன பதில் சொல்வது என்றே எனக்குத் தெரியவில்லை. ஒருவேளை, நான் எழுதப்போகும் அடுத்த கதை உங்களுக்குப் பதிலளிக்கலாம். அது என்ன பதில் எனத் தெரிந்துகொள்ள, நானும் உங்களைப் போலவே ஆர்வமாகயிருக்கிறேன்.

■ இலங்கையின் கதை மாந்தர்களையும், இங்கிருக்கும் நிலப் பரப்பினையும் வைத்து ஷோபாசக்தி படைப்பரசியல் செய்கிறார் எனும் விமர்சனம் பரவலாக உள்ளதே? இதற்கான மாற்றுக் கருத்தியலை எப்படி முன் வைக்கிறீர்கள்?

மாற்றுக் கருத்தெல்லாம் கிடையவே கிடையாது. மாறாக, இந்த விமர்சனத்திற்கு மன மகிழ்வோடு நன்றி தெரிவிக்கிறேன். என்னுடைய மாந்தர்களையும், நிலத்தையும், அதனுடைய பண்பாட்டையும், அரசியலையும் நான் எழுதாமல் அருந்ததி ராய் வந்தா எழுதுவார்!

■ ஈழத்தில் அலையும் உங்களது ஆத்மாவுக்கு ஓய்வேயில்லையா?

எனக்கு இந்த வகையான கேள்விகள் புரிவதேயில்லை. புகலிடத் தேசங்களின் கதைகளை, வாழ்க்கையை புலம் பெயர்ந்து சென்ற எழுத்தாளர்கள் எழுத வேண்டும் என்ற ஒரு மொக்கைக் கருத்தை, ஒரு தீவிர இலக்கிய விமர்சனம் போன்ற பாவனையில் சிலர் முன்வைக்கிறார்கள். உலகம் சுற்றும் வாலிபன் கதைகளை எழுதுவதற்குத்தானே அ. முத்துலிங்கம் அண்ணரை நேர்ந்துவிட்டிருக்கிறோம். அது போதாதா உங்களுக்கு?

இருபது வயதிலேயே பிரிந்து வந்த ஈழத்தையும், நான் கண்ணாலேயே பார்த்திராத வன்னியையும் அம்பாறையையும், இல்லவே இல்லாத இலுப்பங்கேணியையும், பெரிய பள்ளன் குளத்தையும் என்னால் தனி நாவல்களாகவே எழுத முடிகிறதென்றால், நான் முப்பது வருடங்களாக வாழ்ந்துவரும் பாரிஸ் குறித்து எனக்கு எழுத முடியாதா என்ன!

ஆப்கானிஸ்தானிலிருந்து அமெரிக்காவுக்கு அகதியாகப் புலம் பெயர்ந்த காலித் ஹுசைனிக்கு கிட்டத்தட்ட என்னுடைய வயதுதான். அவர் படித்தது கிடித்தது எல்லாம் அமெரிக்காவில்தான். ஆனால், ஏன் அவர் திரும்பத் திரும்ப ஆப்கானிஸ்தானையும் போரையும் பற்றியே எழுதுகிறார் என்றா கேட்பீர்கள்? அல்லது Three Daughters of China-வை எழுதிய யங் சாங்கிடம் ஏன் சீனாவைக் குறித்தும், கலாசாரப் புரட்சிக் காலத்தைக் குறித்தும் எழுதுகிறாய் என்றா கேட்பீர்கள்?

எங்களில் எந்த நிகழ்வுகளும் சம்பவங்களும் பாதிப்பை ஏற்படுத்துகின்றனவோ அவை குறித்துத்தான் நாங்கள் எழுத விரும்புவோம். என்னுடைய புகலிட வாழ்க்கையில் அவ்வாறான பாதிப்புகளும் சம்பவங்களும் இல்லையா எனக் கேட்டீர்களானால், எவ்வளவுக்கு இருக்கிறதோ அவ்வளவுக்கு எழுதியிருக்கிறேன் என்பதே என் பதில்.

■ யுத்தம் முடிந்த பிறகும் எழுத்துகளில் ஊசலாடும் யுத்தம் முடியாமலிருக்கிறதே? இதனை வைத்து அரசியல் செய்கிறீர்கள் என எடுத்துக் கொள்ளலாமா?

'பஞ்சம் போகும் பஞ்சத்தால் பட்ட வடு போகாது' என்றொரு பழமொழி உள்ளது. பஞ்சத்தின் வடுவே அப்படியென்றால், கொடிய யுத்தத்தின் வடுவைப் பற்றி நினைத்துப் பாருங்கள். நாஸிகளால் யூதர்கள் மீது நிகழ்த்தப்பட்ட இனப் படுகொலை குறித்து, அல்ஜீரிய விடுதலைப் போராட்டத்தைக் குறித்து, இந்தியா - பாகிஸ்தான் பிரிவினைக் காலத்தைக் குறித்தெல்லாம் இப்போது வரை இலக்கியத்தில் எழுதிக் கொண்டிருக்கிறார்கள். அது போலவே, இலங்கையில் நடந்த யுத்தத்தைக் குறித்தும் இன்னும் நூறாண்டுகளுக்கும் என் சந்ததிகள் எழுதத்தான் போகிறார்கள். தமிழில் மட்டுமல்லாமல், உலகின் பல மொழிகளிலும் அதை வருங்காலத் தலைமுறையினர் எழுதுவார்கள்.

இலங்கையின் குடிகள் எல்லோருமே யுத்தத்தால் நேரடியாகவோ மறைமுகமாகவோ பாதிக்கப்பட்டவர்கள் தான். ஆனால், அவற்றிலும் அளவு வித்தியாசங்களுள்ளன. அந்த வித்தியாசங்களுக்கு ஏற்பத்தான் யுத்தம் குறித்த அவர்களது பார்வைகளும், ஞாபகங்களும், மனப்பதிவுகளும், உணர்வெழுச்சியும் இருக்கும்.

நான் யுத்தத்தின் பார்வையாளனாக இருக்கவில்லை. இந்த யுத்தத்தைச் செய்தவர்களில் ஒருவனாக இருந்தேன். என் நண்பர்களை இயக்கத்திற்கு அழைத்துப் போய், அவர்களைச் சாகக் கொடுத்திருக்கிறேன். யுத்தத்தில் நூற்றுக்கணக்கான எனது உறவுகளையும், நண்பர்களையும் பறிகொடுத்துள்ளேன். இலங்கை அரசின் சிறையில் இருந்திருக்கிறேன். சித்திரவதைகளை எதிர்கொண்டிருக்கிறேன். புலம் பெயர்ந்து வந்த பின்பும் யுத்தம் என்னைத் தொடர்ந்தே வந்திருக்கிறது. யுத்தத்தின் விளைவுகளை நாங்கள் பாரிஸிலும் சந்தித்தோம். சனநாயகத்தைப் பேசிய எங்கள் மீது புலிகளால் இரகசிய யுத்தமொன்று நிகழ்த்தப்பட்டது. இங்கே கொலைகளும் தாக்குதல்களும் நடந்தேறின. யுத்தம் எனக்குக் கதை எழுதுவதற்கான கச்சாப் பொருள் அல்லவே அல்ல. நான் யுத்தத்தாலும் யுத்த நினைவுகளாலும் வடிவமைக்கப்பட்ட உயிரி. யுத்தத்தைப் பற்றி நான் எழுதுவது என்னையே எழுதுவது தான்.

யுத்தத்தைக் குறித்து நான் இதுவரை எழுதியது கால்வாசி கூட இல்லை. மிகுதியை இனிமேல் தான் எழுத வேண்டும்.

யுத்தத்தை எழுதி அரசியல் செய்கிறீர்களா எனக் கேட்டீர்கள். ஆம்! நிச்சயமாகவே அதைத்தான் செய்கிறேன். நடந்து முடிந்த யுத்தத்தை மட்டுமல்ல, தற்போது சிறுபான்மை இனங்கள் மீது இந்த அரசு நிகழ்த்திக் கொண்டிருக்கும் மறைமுக யுத்தத்தையும் நான் பல்வேறு கோணங்களில் துல்லியமாகத் திரும்பத் திரும்ப இலக்கியத்தில் பதிவு செய்ய விரும்புகிறேன். இந்த நாட்டில் தேசிய கீதத்தைத் தாய்த் தமிழ் மொழியில் பாடும் அற்ப உரிமை கூட உங்களுக்கும் எனக்கும் மறுக்கப்பட்டிருக்கிறது. 'அரசியல் கைதிகளே எங்களிடம் இல்லை' என்கிறார் இலங்கையின் நீதி அமைச்சர். கவிதை எழுதிய சிறுவன் பயங்கரவாதி எனக் கைது செய்யப்படுகிறான். ஒரு சிறுகதை எழுதியவர் சிறையில் கிடக்கிறார். காணாமற்போன பல்லாயிரக்கணக்கானவர்களைக் குறித்துப் பொறுப்புச் சொல்ல அரசு மறுக்கிறது. பத்திரிகைச் சுதந்திரம் கிழிந்துபோய்க் கிடக்கிறது.

ஒரு படைப்பாளி தன்னுடைய நாவலில் அரசை விமர்சித்தால், அரசின் ஆதரவாளர்களுக்குச் சுள்ளென்கிறது. புலிகளையோ இன்னொரு இயக்கத்தையோ விமர்சித்தால், அவர்களுடைய ஆதரவாளர்களுக்குச் சுடுகிறது. மதத்தை விமர்சித்தால் மதவாதிகள் கடுப்பாகிறார்கள். சாதிய ஒடுக்குமுறையை எழுதினால் சாதி வெறியர்கள் கொந்தளிக்கிறார்கள். இது மிகவும் அடிப்படையான உண்மை. இந்த உண்மையை நன்றாகத் தெரிந்துகொண்டே எழுதுகிறோம். இலக்கியத்துக்குச் சம்பந்தமே இல்லாத இத்தகைய அதிருப்தியாளர்கள் நம்மை நேரடியாகத் தாக்குவார்கள். நாயே பேயே என்றெல்லாம் முகநூலில் எழுதுவார்கள்.

ஆனால், அரசினதும் அல்லது இயக்கங்களினதும் அல்லது மதத்தினதும் சாதியினதும் ஆதரவாக இருக்கும் அதேவேளையில், இலக்கியத்திலும் ஓரஞ்சாரமாக இயங்குபவர்கள் நம்மை நேரடியாகத் தாக்க மாட்டார்கள். இலக்கியப் போர்வை போர்த்தியபடியே உள்ளடி வேலைகளைச் செய்வார்கள். 'யுத்தத்தை தொடர்ந்து வாசிக்கச் சலிப்பாகயிருக்கிறது', 'யுத்தத்தைத் தமிழக வாசகர்களுக்கு விற்பனைப் பண்டமாக்குகிறார்கள்' என்றெல்லாம் சுற்றி வளைத்துச் சுண்ணாம்படித்து தமது அதிருப்தியைத்

தெரிவிப்பார்கள். நடந்தவற்றை மறந்துவிடுமாறு நமக்குப் புத்திமதி சொல்வார்கள்.

ஓர் இனப் படுகொலை என்பது அவ்வளவு சுலபத்தில் மறக்கக் கூடிய விசயமா என்ன! எனக்கு அப்படி இல்லை! நான் என் எழுத்துகளை உலகம் முழுவதும் எடுத்துச் சென்று, நிகழ்ந்த இனப் படுகொலையை வெவ்வேறு மொழிகளில் பதிவாக்கி வைக்கவும் முயற்சிகளைச் செய்கிறேன். அதில் சிறிதளவு வெற்றியும் பெற்றிருக்கிறேன்.

இலக்கியத்தில் சமகால அரசியலைப் பேசக் கூடாது, அரசியல் முழக்கங்களைப் பொதிந்துவைக்கக் கூடாது என்றெல்லாம் சொல்லப்படும் விமர்சனங்கள் எனக்கானவை அல்ல. நான் எழுத வரும்போதே 'என்னுடைய கதைகள் அளவில் பெரிதான அரசியல் துண்டுப் பிரசுரங்கள்' எனச் சொல்லிக்கொண்டே வந்தவன். இலக்கியம் என்று வரும்போது அழகியல், ரசனை, போக்குவரத்து எல்லாம் தேவைதான். ஆனால், அவற்றை உருவாக்குவது எழுத்தாளரின் தனித்திறன் என்றுதான் நான் நினைக்கிறேன். அரசியல் முழக்கத்தை உருவாக்குபவனிடம் அது இல்லையென்று நீங்களாக நினைத்தால் எப்படி?

இலக்கிய அழகியலைக் குறித்து எழுதப்படும் கோட்பாடுகள் குறித்தோ, நடத்தப்படும் பயிற்சி முகாம்கள் குறித்தோ, விவாதங்களைக் குறித்தோ எனக்கு அதிக ஆர்வமில்லை. பாலியல் உறுப்புகளின் செயற்பாடுகளைக் குறித்து நீங்கள் புத்தகங்களைப் படித்துத் தெரிந்து கொள்ளலாம். ஆனால், நிறைவான கலவி செய்வது எப்படியென்று நீங்களாகத்தான் கண்டுபிடிக்க வேண்டும். அதுகூட சோடிக்குச் சோடி, ஆளுக்கு ஆள், நாளுக்கு நாள் மாறுபடும். இலக்கிய அழகியல் என்பது படைப்பாளியின் கூருணர்வை மட்டுமல்லாமல், வாசிப்பவரின் கூருணர்வையும் பொறுத்தது. சமகால அரசியலும், அரசியல் முழக்கங்களும் இலக்கியத்திற்கு அடுக்காதவை எனச் சொல்பவர்கள் முதலில் பாரதியையும், மக்ஸிம் கார்க்கியையும் தான் நிராகரிக்க வேண்டியிருக்கும். நான் நிராகரிப்பதாகயில்லை.

- யுத்த காலத்தில் விடுதலைப் புலிகளால் வட மாகாணத்திலிருந்து விரட்டப்பட்ட முஸ்லிம்களின் கையறுநிலை குறித்து உங்களது

படைப்புக்கள் பேசவில்லை என்பதை மறுப்பதற்கான சாத்தியங்கள் ஏதும் உள்ளதா?

மறுக்கமாட்டேன். புலிகள் வடக்கிலிருந்து முஸ்லிம்களைக் கொள்ளையிட்டு விரட்டியதையும், புலிகள் முஸ்லிம்களைக் கூட்டுப் படுகொலைகள் செய்ததையும், இனச் சுத்திகரிப்பையும் கட்டுரைகளிலும் நேர்காணல்களிலும் கருத்தரங்குகளிலும் பல்கலைக்கழகங்களிலும் மட்டுமே நான் தொடர்ந்து பதிவு செய்து வருகிறேன்.

கொரில்லா, மிக உள்ளக விசாரணை, மூமின் போன்ற சில பிரதிகளில் முஸ்லிம்களை நான் கதாபாத்திரமாக்கியுள்ளது உடனடியாக ஞாபகம் வருகிறது. ஆனால், அந்தப் பிரதிகள் யாழ்ப்பாணத்திலிருந்து முஸ்லிம்கள் துரத்தப்பட்டதைப் பற்றி எழுதப்பட்டவை அல்ல. யாழ்ப்பாணத்திலிருந்து முஸ்லிம்கள் துரத்தப்பட்டதைப் பற்றி வாசு முருகவேல் 'யப்னா பேக்கரி' என்றொரு நாவலை எழுதியிருக்கிறார். படித்திருக்கிறீர்களா? நான் அதற்கு 'நாஸி பேக்கரி' என்றொரு விமர்சனம் எழுதியிருக்கிறேன்.

■ *புலி எதிர்ப்பாளர் எனும் நிலைப்பாட்டில் உங்களை அணுகுவதாகப் பலரும் எழுதுகின்றனர். புலி எதிர்ப்பு என்பதையும், தமிழ்த் தேசிய எதிர்ப்பு அல்லது ஆதரவு என்பதையும் உங்களது நிலைப்பாட்டில் எப்படி அணுக நினைக்கிறீர்கள்?*

இல்லாத புலியை எதிர்க்க எனக்கு மூளை சுகமில்லையா என்ன! அதையெல்லாம் கைவிட்டு ஏழெட்டு வருடங்களாகின்றன. இப்போதும் யாராவது புலிக் கருத்தியலைச் சுமந்து வரும்போது, கிண்டல் செய்து கடந்துவிடுகிறேனே தவிர சீரியஸாக எதிர்கொள்வதில்லை. இந்த சீமானை ஹாண்டில் பண்ணும் அதே டெக்னிக்தான். கருத்து வேறுபாடுகளுக்கு அப்பால், புலிகள் அமைப்பு மிகத் தீவிரமான இயக்கம். அதன் உறுப்பினர்கள் அர்ப்பணிப்பின் உச்சம். எனவே புலிகளையும் இந்தக் கோமாளிகளையும் ஒப்பிடவே முடியாது.

எந்த ஈழத் தமிழ் அரசியல் சிந்தனையாளரும் புலிகளின் அரசியலைப் பின்பற்றி போரையோ, தமிழீழத்தையோ இப்போது கோருவதில்லை. அதிகபட்சமாக 'புலிகளின் காலம்

யுத்த தூஷணம் | 113

பொற்காலம்' என்று வாய் வார்த்தையாகச் சொல்வார்கள். அவர்களின் பொற்காலம் மற்றவர்களுக்குக் கற்காலம் எனச் சொல்லிவிட்டுப் போகவேண்டியதுதான். எனக்கும் புலிகளுக்கும் ஒன்றும் பரம்பரைப் பகையில்லை. அவர்கள் செயற்பட்டபோது அவர்களைக் கடுமையாக விமர்சித்தேன். அவர்கள் இல்லாத போது அதற்குத் தேவையற்றுப் போகிறது. ஆனால், எங்களது வரலாற்றில் புலிகளின் காலம் ஓர் இருண்ட காலம். அதை யாருமே மறக்க முடியாதளவுக்குத்தான் புலிகள் பலமாகப் பொறித்து வைத்துவிட்டுப் போயிருக்கிறார்கள்.

தமிழ்த் தேசியத்தைப் பற்றிக் கேட்டீர்கள். சிங்களப் பேரினவாதம் 'ஒற்றைத் தேசியம்' என்ற பெயரில் சிறுபான்மைத் தேசிய இனங்களை நசுக்கும் வரை, சிறுபான்மை இனங்கள் தங்களைப் பாதுகாக்கத் தேசிய இன அடையாளத்தின் வழியே திரள்வார்கள். இந்தத் திரட்சி இல்லாவிட்டால் பெருந்தேசிய இனம், சிறுபான்மை இனங்களைச் சிறிது சிறிதாகத் தன்னுள் கரைத்துவிடும். அதற்கான முயற்சிகள் தானே இப்போது நாட்டில் நடந்து கொண்டிருக்கின்றன.

இப்போது மட்டுமல்ல, எப்போதுமே சிங்களத் தேசியவாதமே நாட்டின் முதன்மையான ஆபத்தாகயிருக்கிறது. சிங்களப் பெருந் தேசிய இனவெறி இருக்கும் வரை, ஒடுக்கப்பட்ட இனங்கள் அரசியலில் தேசிய இன அடையாளத்துடன் அணிகுவிக்கப்படுவதை நான் எதிர்க்கமாட்டேன். தமிழ்த் தேசியம் மட்டுமல்ல, முஸ்லிம் தேசியமும் அவசியமே. சிங்களப் பேரினவாதத்தை ஏற்றுக்கொண்டு, மற்றைய சிறுபான்மை இனங்கள் அதன் கீழே அமைதியாக வாழ வேண்டும் எனச் சொல்வது சிங்கள ஒற்றைத் தேசிய இனவாதக் கருத்தியல். அதைத் தமிழரே சொன்னாலும் அப்படித்தான்.

தேசியவாதம் என்ற கூர்மையான கத்தி மிக ஆபத்தானதே. இன்னொரு தேசிய இனத்தின் மீதான வெறுப்பாக அது மாறிவிடும்போது அதைக் கடுமையாக நாம் நிராகரிக்க வேண்டும். ஆனால், இப்போது இலங்கையில் தமிழர்களோ, முஸ்லிம்களோ அதைத் தற்பாதுகாப்புக்கான கருவியாகவே உயர்த்துகிறார்கள். பொத்துவில் முதல் பொலிகண்டி வரை

நிகழ்ந்த நடைப் பயணத்தை நான் அப்படித்தான் பார்க்கிறேன். அதனாலேயே அதைப் பலமாக ஆதரித்தேன்.

■ ஷோபாவின் அடுத்த கலை முயற்சிகள் என்ன?

தமிழ் இலக்கிய வாசகர்களுக்கு நன்கு பரிச்சயமான 'ஓநாய் குலச்சின்னம்' மற்றும் உம்பர்தோ ஈகோவின் 'Name of the rose' நாவல்களைத் திரைப்படமாக்கிய Jean Jacques Annaud எழுதி இயக்கும் 'Notre-Dame brûle' என்ற புதிய படத்தில் நடிப்பதற்கு ஒப்பந்தமாகியிருக்கிறேன். மார்ச் மாதத்தில் படப்பிடிப்புத் தொடங்கயிருக்கிறது. அடுத்த நாவலையும் எழுதிக் கொண்டிருக்கிறேன். இப்போதைக்கு 'அந்தர விலாசம்' என நாவலுக்குத் தலைப்பு வைத்துள்ளேன். நாவல் அகதிகள் குறித்ததுதான். எத்தனையோ பேர்கள் சிறிதும் பெரிதுமாக ஏற்கனவே எழுதிச் சென்ற சித்திரங்கள்தான். கடந்து வந்த பயணம்தான். ஏராளமான திரைப்படங்கள் வேறு இருக்கின்றன. ஆனால், நான் பயணங்களின் கதையையோ, இரக்கத்துக்குரிய அநாதைகளைக் குறித்தோ எழுதப் போவதில்லை. நான் அகதிகளின் அந்தர உலகத்தில் தலைகீழாக வாழ்ந்தவன். எனவே, அந்த உலகத்தைக் குறித்த என் பார்வையும் தலைகீழாகவேயிருக்கும். நான் அகதிகளுக்கான பைபிளை உருவாக்கும் முயற்சியில் இருக்கிறேன்.

◉

அண்ணாமலை என்ன, அமித்ஷா இலங்கைக்கு வந்தாலும் பலிக்காது!

□ ஆனந்த விகடன், மே 2022

1997 இல் தன் முதல் சிறுகதையை எழுதிய ஷோபாசக்தி, எழுத்துலகில் கால்நூற்றாண்டுப் பயணத்தைக் கடந்திருக்கிறார். தன் புதிய நாவல் பணிக்காகத் தமிழகம் வந்தவரைச் சந்தித்து இலங்கையின் தற்போதைய நிலை, இலக்கியம், சினிமா என்று பல தளங்களில் கேள்விகளை முன்வைத்தேன்.

□ நேர்கண்டவர்: **சுகுணா திவாகர்**

■ இலங்கையில் ஏற்பட்டுள்ள பொருளாதார நெருக்கடி பற்றி என்ன நினைக்கிறீர்கள்?

இது ஏற்கனவே எதிர்பார்த்த ஒன்றுதான். இலங்கையின் இடதுசாரி அறிஞர்கள் இது குறித்துத் தொடர்ச்சியாக எச்சரித்து வந்தார்கள். 1977 இல் ஜே.ஆர். ஜெயவர்த்தனே இலங்கை அதிபரான பிறகு திறந்த பொருளாதாரக் கொள்கையைக் கொண்டுவந்தார். அதற்கு முன்பான காலத்தில் இலங்கை உள்நாட்டு உற்பத்தி, பொதுத்துறை நிறுவனங்களை ஊக்குவிக்கும் பொருளாதாரக் கொள்கையைக் கடைப்பிடித்து வந்தது. அணிசேரா நாடுகளில் முக்கிய பங்கு வகித்தது. ஆனால், ஜெயவர்த்தனே காலத்துக்குப் பிறகு இலங்கை முற்றிலும் அமெரிக்கச் சார்பு எடுத்தது. முதன் முதலாக அமெரிக்காவின் வானொலி அஞ்சல் நிலையம் இலங்கையில் தொடங்கப்பட்டது. பிறகு படிப்படியாகப் பல்தேசிய நிறுவனங்களும், அந்நிய முதலீடுகளும் அதிகரித்ததுதான் இன்றைய பொருளாதார நெருக்கடிக்கு முதன்மைக் காரணம். யுத்தம், கோவிட், ஊழல் போன்றவையெல்லாம் துணைக் காரணங்கள்தான். இப்போது இலங்கையின் பொருளாதார நெருக்கடியைத் தீர்ப்பதன் பெயரால்

சர்வதேச நாணய நிதியம் போன்ற அமைப்புகள் இலங்கையில் தனியார்மயத்தை அதிகப்படுத்துவது, மானியங்களை நிறுத்துவது போன்றவற்றுக்கு நிர்ப்பந்திக்கின்றன.

இலங்கையின் பொருளாதார அடிப்படை விவசாய வளமும், மீன்பிடியும், பாரம்பரிய உற்பத்தியும்தான். என்னுடைய சிறுவயதில் மண்ணெண்ணெய்யும், சீனியும் வாங்க மட்டும்தான் கடைக்குப் போவோம். ஆனால், அந்த நிலை எல்லாமும் திறந்த பொருளாதாரக் கொள்கையால் மாறிவிட்டன. கோத்தபய அரசு போனாலும் இந்த நெருக்கடியைச் சரிசெய்ய முடியாது. பொருளாதார அடிப்படைக் கொள்கையை மாற்ற வேண்டும். ஆனால், அமெரிக்க, சீன, இந்தியப் பெருநிறுவனங்களும், சர்வதேசச் சூழலும் அதை அனுமதிக்காது.

ஒரு காலத்தில் காந்தி, நேரு, பிடல் காஸ்ட்ரோ, மாவோ, மண்டேலா என்று தேசியத் தலைவர்கள் இருந்தார்கள். இன்று அப்படி ஒருவரைச் சொல்ல முடியுமா? இன்று அரசுகளை நடத்துவது பெருநிறுவனங்கள்தான். அவர்கள் மூலதன நலனுக்காகக் கூட்டுச் சேர்கிறார்கள். அரசின் கொள்கைகளை வகுப்பவையாகவும், யார் அரசுக்கு வரவேண்டும் என்று தீர்மானிப்பவையாகவும் பெருநிறுவனங்கள்தான் இருக்கின்றன. இதற்கு எதிராக உலகம் முழுக்க மக்களின் தன்னெழுச்சிப் போராட்டங்கள் நடந்தாலும், அமைப்பாக்கப்படாத போராட்டங்கள் மாற்றத்தை ஏற்படுத்தாது. இப்போது இலங்கையில் நடைபெறும் மக்கள் போராட்டமும் தலைமையில்லாத போராட்டமாகவே இருக்கிறது.

■ *1977-லேயே ஆரம்பித்துவிட்டது என்றால், இந்தப் பொருளாதாரக் கொள்கை பற்றிய தன்னுணர்வு ஈழ விடுதலை இயக்கங்களுக்கு இருந்ததா?*

நிச்சயமாக. ஆரம்பத்தில், புலிகள் உட்பட அனைத்து இயக்கங்களும் சோசலிஸப் பொருளாதாரக் கொள்கையை முன்வைத்தன. திறந்த பொருளாதாரக் கொள்கைக்கு எதிர்ப்பு, சுயசார்புப் பொருளாதாரக் கொள்கை என்பதில் எல்லா இயக்கங்களும் உறுதியாக இருந்தன. விடுதலைப் புலிகள் 'சோசலிஸத் தமிழீழத்தை நோக்கி' என்ற பிரசுரத்தையே வெளியிட்டார்கள். அதேபோல் புலிகள் உள்ளூர் உற்பத்தியையும் ஊக்குவித்தார்கள். பின்னாளில் 2002 இல்

வன்னியில் நடைபெற்ற சர்வதேசப் பத்திரிகையாளர் மாநாட்டில் பிரபாகரன் 'அமையப்போகும் தமிழீழத்தின் கொள்கை திறந்த பொருளாதாரக் கொள்கையே' என்று அறிவித்தது வீழ்ச்சி.

■ 2009 இல் சிங்களர்களால் வெற்றி நாயகனாகக் கொண்டாடப்பட்ட ராஜபக்ஷேவுக்கு எதிராகச் சிங்கள மக்களே வீதியில் இறங்கிப் போராடுவதை எப்படிப் பார்க்கிறீர்கள்?

இரண்டு மகா யுத்தங்களின் வெற்றி நாயகன் வின்ஸ்டன் சர்ச்சிலை 1945 தேர்தலில் பிரிட்டன் மக்கள் நிராகரித்தனர். வெற்றிப் பெருமிதத்தைவிட வயிற்றுக்குச் சோறு முக்கியமில்லையா!

■ நீண்டகாலமாக ஈழ இயக்கங்கள் திராவிட இயக்கத்துடன் நட்புடன் இருந்தார்கள். ஆனால், இப்போது பல ஈழத் தமிழர்கள் திராவிட எதிர்ப்பு பேசுகிறார்களே?

ஈழ இயக்கங்களுக்கு முன்பிருந்தே பெரியார், திராவிட இயக்கத்தின் தாக்கம் ஈழத்தில் இருந்திருக்கிறது. 1927 இல் யாழ்ப்பாணத்திலிருந்து 'திராவிடன்' என்ற இதழ் வெளியாகியிருக்கிறது. ஊருக்கு ஊர் அண்ணா மன்றங்களை வைத்திருந்தவர்கள் நாங்கள். இலங்கையில் தி.மு.க-வுக்குக் கிளை இருந்தது. அது பின்பு அரசால் தடைசெய்யப்பட்டது. ஈழப் போராளிகளைத் தமிழகத்தில் அரவணைத்துப் பாதுகாத்தவர்கள் திராவிட இயக்கத்தவர்கள். அவர்கள் வெறும் வாய்ச்சொல் வீரர்களாக மட்டுமே இருக்கவில்லை. அவர்கள் வீசிய கை வெறும் கையாக ஈழத்துக்கு வந்து, ஆமைக்கறி சாப்பிட்டு ஏப்பம் விட்டு எழுந்து வந்தவர்களல்ல. ஈழப் போராட்டத்துக்காக அவர்கள் வெளிப்படையாகவும் இரகசியமாகவும் பெரும் பணிகளைச் செய்தார்கள். அதற்காகப் பல்லாண்டுகளாகச் சிறையில் வாடினார்கள்.

ஈழத் தமிழர்களில் திராவிட இயக்க எதிர்ப்போ, பெரியார் எதிர்ப்போ பேசும் ஒரேயொரு சிந்தனையாளரையோ, எழுத்தாளரையோ, அரசியல் தலைவரையோ, போராளி இயக்கத் தலைவரையோ காட்டுங்கள் பார்க்கலாம். அறிவுலகைச் சேர்ந்தவர்களோ, களத்தில் நின்றவர்களோ யாருமே திராவிட இயக்கத்துக்கும் பெரியாருக்கும் எதிராகப் பேசியதும் இல்லை, செயற்பட்டதும் இல்லை. சமூக வலைத்தளங்களில் திராவிட

எதிர்ப்பைக் கக்கும் ஒரு சிலரை வைத்து ஒட்டுமொத்த ஈழத் தமிழ்ச் சமூகத்தையும் மதிப்பிடக் கூடாது.

■ *தமிழக பா.ஜ.க தலைவர் அண்ணாமலை இலங்கைக்குச் செல்கிறார். இலங்கையில் 'சிவசேனை' உருவாகியிருக்கிறது. இந்தப் போக்குகள் ஈழத் தமிழர்கள் மத்தியில் என்ன தாக்கத்தை ஏற்படுத்தும்?*

ஈழத் தமிழர்களை மத அடையாளத்தின் அடிப்படையில் பிரிக்கவே முடியாது. ஈழத் தமிழர்களிடையே எப்போதும் போலவே, இப்போதும் மத நல்லிணக்கம் மிக உறுதியாகவே இருக்கிறது. இந்தியாவில் இந்துத்துவ அரசு இருப்பதால் இந்து அடையாளத்தைத் தூக்கிப்பிடித்தால் இந்திய ஒன்றிய அரசு நமக்கு உதவலாம் என்று காசி ஆனந்தனோ 'சிவசேனை' சச்சிதானாந்தனோ முட்டாள்த்தனமாக நினைக்கலாம். ஆனால், அவர்களுக்கு வெறும் ஐந்து பேர் கூட ஆதரவாக இல்லை என்பதுதான் உண்மை. பா.ஜ.க. அரசு இந்தியாவிலேயே தங்களை இந்துக்களாக நம்பும் பெரும்பான்மை ஒடுக்கப்பட்ட மக்களுக்கு எதிராகத்தானே இருக்கிறது. அண்ணாமலை என்ன, அமித் ஷா வந்தால்கூட ஈழத்தில் இந்துத்துவ அரசியல் செல்லுபடியாகாது.

■ *தற்போது என்ன படங்களில் நடித்துக் கொண்டிருக்கிறீர்கள்?*

Notre - Dame on fire என்ற படம் இப்போது வெளியாகியிருக்கிறது. *Woman at Sea, Tehu, Men in Blue* போன்ற படங்கள் வெளியாகவிருக்கின்றன.

■ *தமிழ்ப்படங்களில் நடிக்கும் எண்ணமிருக்கிறதா?*

இல்லாமல்? பிரெஞ்சிலும் ஆங்கிலத்திலும் பேசி நடிப்பதைவிட, என்னுடைய தாய் மொழியைப் பேசி நடிக்கும் போதே என்னுடைய முழுத்திறனும் வெளிப்படும் என்றே நம்புகிறேன். தமிழகத்திலிருந்து சில அழைப்புகள் வந்தாலும் தேதிச் சிக்கல்கள், கதையின் மீது ஈர்ப்பின்மை போன்ற வெவ்வேறு காரணங்களால் தள்ளிப் போய்க்கொண்டேயிருக்கிறது.

■ *உங்கள் புதிய நாவல் பற்றி?*

'ஸலாம் அலைக்' என்பது நாவலின் பெயர். 'ஜெனிவா 1951' உடன்படிக்கை தான் அகதி என்றால் யார், அவர் எப்படி நடத்தப்பட வேண்டும் என்பது போன்ற பல சர்வதேச வரையறைகளை உருவாக்குகிறது. இந்தியா, தாய்லாந்து போன்ற பல நாடுகள் இந்த ஒப்பந்தத்தில் கையெழுத்திடவில்லை. ஒப்பந்தத்தை ஏற்றுக்கொண்ட ஐரோப்பிய நாடுகள் அகதிகளைக் கையாளும் முறையை இந்த நாவல் விசாரணை செய்கிறது. அகதிகள் ஐரோப்பாவில் எதிர்கொள்ளும் நிறவாதத்தையும், இனவாதத்தையும் என் அனுபவ வலியால் சித்திரித்துள்ளேன். ஐரோப்பாவின் இரட்டை முகத்தைப் போலவே இந்த நாவலும் இரண்டு முகங்களுடையது. நாவலை எந்த முனையிலிருந்தும் தொடங்கிப் படிக்கலாம்.

◉

எழுதுவது சிலுவையைச் சுமப்பதைப் போன்றது

□ இந்து தமிழ், ஜனவரி 2023

ஷோபாசக்தி, தமிழின் புகழ்பெற்ற நாவலாசிரியர். தன் கதைகளின் மொத்தச் சொற்களுக்கும் உயிர் கொடுக்கும் திருத்தமான கதைசொல்லி. 'கொரில்லா', 'ம்', 'BOX கதைப் புத்தகம், 'இச்சா' என எழுதிய நாவல்கள் ஒவ்வொன்றும் பேசப்பட்டவை. சிறுகதைகள், கட்டுரைகள் எனப் பல வடிவங்களில் இயங்கி வருகிறார். சர்வதேசப் புகழ்பெற்ற 'கான்' திரைவிழாவில் தங்கப்பனை விருதை வென்ற 'தீபன்' பிரெஞ்சுப் படத்தில் நாயகனாக நடித்துள்ளார். இவரது படைப்புகளை 'கருப்புப் பிரதிகள்' பதிப்பகம் வெளியிட்டுள்ளது.

□ சந்திப்பு: **மண்குதிரை**

■ 'ஸலாம் அலைக்' நாவல் பின்னணி என்ன?

எட்வர் செய்த் இதை அகதிகளின் யுகம் என்கிறார். உலக மக்கள் தொகையில் கணிசமான அளவு மக்கள் அகதிகளாக வாழ்ந்து வருகிறார்கள். இந்த அகதிகளை மேற்குலக நாடுகள் வரவேற்று, நல்லபடி வாழ வைப்பார்கள் என்று ஒரு மாயை இருக்கிறது. ஆனால், அது உண்மையில்லை. ஐரோப்பாவில் கிட்டத்தட்ட அகதிகளுக்கான எல்லாக் கதவுகளும் மூடப்பட்டுவிட்டன. மேற்கு நாடுகள் அகதிகளை எப்படி வஞ்சிக்கின்றன என்பதை விளக்கியிருக்கிறேன். இலங்கைப் பின்னணியில் ஓர் அகதி எப்படி உருவாகிறான் என்பதை விவரித்திருக்கிறேன்.

■ கதைகளுக்கான கூற்று மொழியை எப்படி உருவாக்கினீர்கள்?

பாரதி சொல்வார் இல்லையா, 'உள்ளத்தில் உண்மையொளி யுண்டாயின், வாக்கினிலே ஒளி யுண்டாகும்' அது மாதிரிதான். உண்மையைத்தான் என் கதைகளில் பேசுகிறேன். அதனால்

மொழிக்காக ரொம்ப மெனக்கெடுவதில்லை. நம்ம வீடுகளில் பாட்டி கதை சொல்வாள் இல்லையா, அதுமாதிரி தான் கதை சொல்கிறேன்.

■ *யதார்த்தம் என்பதைத் தாண்டி, வாசக சுவாரசியத்தையும் கணக்கில் கொள்வீர்களா?*

இது ஒன்றும் புதிதல்ல. நம் நாட்டார் கதைகளில் இது போலத் திருப்பம், மாயம் எல்லாம் இருக்கிறது இல்லையா? கப்ரியேல் கார்சியா மார்க்கேஸின் மாய யதார்த்தவாதம் எல்லாம் நம் மரபில் இருக்கிறது. என் 'இச்சா' நாவலில் பேய்கள் பேசுவது போன்ற அம்சங்கள் எல்லாம் நம் கதை மரபில் எடுத்ததுதான். கதைக்குப் பிரதி இன்பம் முக்கியம். அதனால் வாசகரைக் கணக்கில் கொண்டுதான் எழுதுகிறேன்.

■ *இலங்கைத் தமிழ் இலக்கிய மரபிலிருந்து உங்கள் எழுத்து வேறுபட்டது இல்லையா?*

இலங்கை இலக்கியத்திற்குள் பல பிரிவுகள் உள்ளன. பதினாறு வயதிலேயே விடுதலை இயக்கத்தில் இணைந்து, பயணம் செய்து, வெளிநாடுகளுக்குப் புலம் பெயர்ந்து, ஓர் அகதியாக மாறிய எனது வாழ்க்கை வேறு மாதிரியானது. இதெல்லாம் கலந்ததுதான் என் இலக்கியம். என் எழுத்து இலங்கைத் தமிழ் இலக்கிய மரபிலிருந்து வேறுபட்டதா என்பதை நீங்கள்தான் சொல்ல வேண்டும்.

■ *உங்கள் எழுத்துகளில் சமூக ஒழுக்க மீறல்கள், குற்றங்கள் குறித்த பதிவுகள் அதிகம் உள்ளனவே?*

ஒரு குற்றம் நடந்தது என்றால், அதற்கான காரணத்தை ஆராய்வேன். 'குற்றத்தைவிடத் தண்டனைகளே கொடிது' என்பது ஆல்பர்ட் காம்யூவின் கருத்து. அது எனது ஆழமான நம்பிக்கை. இந்தச் சமூக அமைப்புகள்தான் குற்றவாளிகளை உருவாக்குகின்றன. இயல்பிலேயே யாரும் குற்றவாளி ஆவதில்லை இல்லையா? இந்தப் பகுதியை விலாவாரியாக ஆய்வு பண்ணுவேன். யாரும் தொடாத புள்ளிகளைத் தேடிப் போவேன். எழுத்தாளராக இதை விசாரிக்கிறேன்.

■ *உங்கள் மொழியில் உள்ள எள்ளலை எங்கிருந்து பெற்றீர்கள்?*

எனக்கு எப்போதும் வழிகாட்டி சார்லி சாப்ளின் தான். ஹிட்லரைப் பற்றி எத்தனையோ படங்கள் வந்துள்ளன. ஆனால், சார்லி சாப்ளினின் 'தி கிரேட் டிக்டேட்டர்' படத்தைத் தாண்டி ஒரு படம் இல்லை. 'தி மாடர்ன் டைம்ஸ்' முதலாளித்துவத்தின் வன்முறையையும் அதிகாரப் பசியையும் விளக்கும் படம். ஆனால், அது குழந்தைக்கும் புரியும். அதுதான் முக்கியம். என் எழுத்து முறை அப்படி இருக்க வேண்டும் என விரும்புகிறேன். நானும் இயல்பாகவே கொஞ்சம் நக்கல் பிடித்தவன்தான்.

■ *உங்கள் கதைகளில் செய்யக்கூடிய பரிசோதனைகள் அவற்றின் உள்ளடக்கத்தைப் பாதிக்கும் வாய்ப்புள்ளதா?*

அவை இரண்டையும் இணைப்பது தானே வெற்றி. கி. ராஜநாராயணன் சொல்வார், 'ஏய் என்று ஒரு சத்தம் கேட்டால் அதிலிருந்து ஒரு கதையை உருவாக்குவேன்' என்று. என்னால் அப்படி முடியாது. நான் அதற்கு ரொம்ப யோசித்து, அதற்கு ஒரு சட்டகத்தை உருவாக்குவேன். அ. முத்துலிங்கம் 'எழுதுவது மகிழ்ச்சியைத் தருகிறது' எனச் சொல்வார். எனக்கு எழுதுவது சிலுவையைச் சுமப்பது மாதிரி. ரொம்ப வேதனையானது.

■ *ஈழப் போராட்டம் குறித்து முழுமையான பதிவுகள் இன்னும் வரவில்லையே?*

ஈழப் போராட்டத்தின் பல பகுதிகள் இருண்மையாகத்தான் இருக்கின்றன. புலிகளின் தலைமைகளுக்கு என்ன நடந்தது என்பது யாருக்கும் உறுதியாகத் தெரியாது. இந்தப் போராட்ட வரலாறு இன்னும் இருண்மையாகவும் புதிராகவும் தான் இருக்கிறது. தலைவர்கள் யாரால் கொல்லப்பட்டார்கள் என்பது தெரியவில்லை. அதனால், எங்களுக்குத் தெரிந்த சின்னச் சின்னப் பாடல்களை எழுதிவருகிறோம். இதெல்லாம் இணையும் போது ஒரு முழுமையான வரலாறு 'புனைவு' என்கிற வடிவில் கட்டப்படும் என நம்புகிறேன்.

அறப் போராட்டத்தில் இறந்த விடுதலைப் புலிகளின் உறுப்பினர் திலீபனைக் குறித்து ஒரு கதை எழுதியிருக்கிறேன். திலீபன் தன் உடலை யாழ்ப்பாண மருத்துவக் கல்லூரிக்குக் கொடுத்தார்.

யாழ்ப்பாணத்தைப் புலிகள் கைவிட்டு வெளியேறும்போது, திலீபனின் உடலை எடுத்துக்கொண்டு பயணித்திருக்கிறார்கள். பதினான்கு ஆண்டுகள் போர்ச் சூழலில் காடுகளுக்குள் அந்த உடலுடன் அலைந்து திரிந்திருக்கிறார்கள். கடைசியாக மே, 2009 இல் அதை அடக்கம் செய்தார்கள். இந்த உண்மை இப்போதுதான் தெரியவந்தது. இது மாதிரிச் சில உண்மைகள் தெரிய வரலாம்; வராமலும் போகலாம்.

■ *'விடுதலைப் புலி எதிர்ப்பு' உங்கள் கதைகள் மீதுள்ள ஒரு விமர்சனமாக வைக்கப்படுகிறதே?*

ஈழத் தமிழ்ப் படைப்பாளிகளில் என்னளவுக்கு யார் இலங்கை அரசாங்கத்தை எதிர்த்து எழுதியிருக்கிறார்? புலி எதிர்ப்பாளன் என என்னை அடையாளப்படுத்த முடியாது. அதிகாரத்தை எதிர்க்கிறேன். ஜனநாயகத்துக்காகக் குரல் கொடுக்கிறேன். ஒரு இடதுசாரி மரபில் வந்த ஆள் நான். இந்தப் பின்னணியில்தான் நீங்கள் இதைப் புரிந்துகொள்ள வேண்டும்.

■ *தமிழ்நாட்டுச் சூழல் எப்படி இருக்கிறது?*

சென்னை இலக்கியத் திருவிழாவில் கலந்துகொண்டேன். அதில் பெண்ணியம், தலித்தியம், புலம்பெயர் தமிழர்கள் எனப் பல விஷயங்களுக்கு இடம் கொடுக்கப்பட்டது. புத்தகக் காட்சியில் பால்புதுமையினருக்குத் தனி அரங்கு ஒதுக்கப்பட்டுள்ளது. பேசாத பல விஷயங்கள் இப்போது பேசப்பட்டு வருகின்றன என்றே நான் கருதுகிறேன்.

⊙

யுத்தம் கதைகளை உருவாக்கி இரகசியமாக வைத்திருக்கிறது

☐ படைப்பு தகவு, பெப்ரவரி 2023

அன்ரனிதாசன் என்ற இயற்பெயரைக் கொண்ட ஷோபாசக்தி, தற்போது புலம்பெயர்ந்து பிரான்ஸில் வாழ்ந்து வருகிறார். சிறுகதை, நாவல், விமர்சனம், நாடகம், திரைப்படம், பதிப்பு ஆகிய தளங்களில் செயற்பட்டு வருகிறார். இவர் நடித்து வெளிவந்த 'தீபன்' என்ற பிரெஞ்சு மொழித் திரைப்படம் 2015 Cannes திரைப்பட விழாவில், சிறந்த படத்துக்கான 'தங்கப்பனை' விருது வென்றது. ஈழத் தமிழ்ப் படைப்பாளிகளில் தவிர்க்க முடியாத எழுத்தாளுமையான ஷோபாசக்கி அவர்களுடன் 'படைப்பு தகவு' இதழுக்கான நேர்காணல்.

☐ நேர்கண்டவர்: **அம்மு ராகவ்**

■ *சினிமா, இலக்கியம், போராளி இவற்றில் எந்தவொன்றில் ஷோபாசக்தி நிறைவு பெறுகிறார்?*

முதலில், நான் போராளி இல்லை என்பதை உங்களுக்குச் சொல்ல விரும்புகிறேன். என்னுடைய பதின்ம வயதுகளில் நான் தமிழீழ விடுதலைப் புலிகள் இயக்கத்தில் ஆயுதப் பயிற்சி பெற்ற உறுப்பினனாக இருந்தேன். ஆனால், சனநாயக மத்தியத்துவமற்ற, இறுக்கமான அந்த அமைப்பில் தலைமையின் எண்ணங்களையும் கட்டளைகளையும் நிறைவேற்றும் ஆயிரக்கணக்கானோரில் நானும் ஒருவன் மட்டுமே. விசுவாசத்தாலும், இயக்கக் கட்டுப்பாடு என்ற காரணத்திற்காகவும் இயக்கத்தின் எல்லாவித நடவடிக்கைகளையும் தவறுகளையும் கூட நியாயப்படுத்திப் பிரச்சாரம் செய்துகொண்டிருந்தேன். இயக்கத்திலிருந்து வெளியேறும்போது கூட, ஓர் உட்கட்சிப் போராட்டத்தை முன்னெடுக்க எனக்குக் கருத்துப் பலமோ வலுவோ இருக்கவில்லை. உதிரியாகவே வெளியே வந்தேன்.

அதன் பின்னராக, அய்ரோப்பாவில் 'ட்ராட்ஸ்கி'ய இடதுசாரி அமைப்பில் செயற்பட்ட காலத்தில், கம்யூனிஸத்தின் மீது கொண்ட தீவிரமான பற்றால் அந்த அமைப்பில் நான் இயங்கினேன். கட்சித் தோழர்களிடமிருந்து நான் கற்றுக்கொண்டவை ஏராளம் என்றாலும், அந்தச் சோர்வான அமைப்பின் வேலைத் திட்டங்கள் குறித்து எப்போதுமே கேள்விகளை முன்வைக்கும் ஒரு சந்தேகப் புத்திக்காரனாகவே அங்கே நான் இருந்தேன். என்னுடைய சந்தேகங்களை; குறிப்பாக தேசிய இனங்களின் சுயநிர்ணய உரிமை, தலித் அரசியலின் முக்கியத்துவம் போன்ற நியாயமான கேள்விகளுக்குப் பதில் சொல்லத் திராணியற்று, வறட்டுவாதச் சித்தாந்தத்திற்குள் அந்தக் கட்சியின் தலைமை மூழ்கியிருந்தது. அந்த அமைப்பிலிருந்து நான் தொடர்புகளை முறித்துக்கொண்டபோது 'விட்டது சனி' என்று அவர்கள் மகிழ்ச்சியடைந்திருப்பார்கள்.

இப்போது பிரான்ஸில் தேர்தல் கட்சியாக இருக்கும் *Lutte ouvrière* (தொழிலாளர் போராட்டம்) என்ற மிகச் சிறிய கட்சிக்கு ஆதரவாளனாக இருக்கிறேன். அவ்வப்போது நேரமிருக்கும்போது, அவர்களது ஆர்ப்பாட்டங்களிலும், மேதின ஊர்வலங்களிலும் கலந்துகொள்வதோடு என்னுடைய போராட்டமெல்லாம் முடிந்துவிடுகிறது. எனவே போராளி என்ற அரும் வார்த்தையால் நீங்கள் என்னை அடையாளப்படுத்தக் கூடாது.

கட்சியில் இல்லாத ஒருவர் எதுவாக வேண்டுமானாலும் இருக்கலாம்; ஆனால், ஒருபோதும் கம்யூனிஸ்டாக இருக்கவே முடியாது என்பார் லெனின். அதுபோலவே, போராட்டம் என்பது எப்போதுமே கூட்டுச் செயற்பாடு. ஒரு போராளி என்பவர் தன்னுடைய இலட்சியத்திற்காக இழப்பதற்குத் தயாராக இருக்க வேண்டும். அவ்வாறு ஏராளமானோர் இப்போதும், இந்த உலகமெங்கும் போராட்ட வாழ்க்கையில் தங்களை அர்ப்பணிப்புடன் ஈடுபடுத்தியிருக்கிறார்கள், கொலையுண்டிருக்கிறார்கள், சிறைகளில் கிடக்கிறார்கள். நான் அவர்களில் ஒருவன் கிடையாது. நான் இப்போது வெறும் எழுத்தாளன் மட்டுமே. என்னுடைய எழுத்துக் காரணமாக எனக்கு அதிகார சக்திகளால் ஏதாவது தொல்லை ஏற்பட்டால், அதை எழுத்தாளன் மீதான அச்சுறுத்தலாக எடுத்துக்கொள்வேனே தவிர, போராளியின் மீதான அடக்குமுறை என வெற்றுப்

பகட்டோடு சொல்லிக்கொள்ள மாட்டேன். என் மீது போராளி விம்பத்தை ஏற்றிக்கொள்ள முன்னொரு காலத்தில் எனக்கும் ஓர் அரிப்பு இருந்திருக்கலாம். அது என்னுடைய பேச்சுகளில் கூட எங்காவது வெளிப்பட்டிருக்கலாம். ஆனால், இன்றைய நிலையில் அந்தத் தவறை நான் செய்யமாட்டேன். அப்படிச் செய்தால் அது உண்மையான போராளிகளை அவமதிப்பதாகும்.

சினிமாவும் இலக்கியமும் வேறு வேறல்ல என்றே நான் கருதுகிறேன். அடிப்படையில் இரண்டுமே படைப்புச் செயற்பாடுகள் தானே. நான் சினிமாவுக்குள் நுழைந்தபோதே, இலக்கிய எழுத்தாளன் என்ற உறுதியான அடையாளத்துடனேயே நுழைந்தேன். நான் நடிக்கும் எல்லாத் திரைப்படங்களிலும் என்னுடைய பாத்திரத்தின் உருவாக்கத்திலும், வசனங்களிலும் என்னுடைய பங்கும் தலையீடும் இருந்தேயாகும். இன்றைய இயக்குநர்கள் அதை அனுமதிப்பது மட்டுமல்லாமல், என்னுடைய கருத்தை அறிந்து கொள்வதிலும் ஆர்வம் காட்டுகிறார்கள். நான் நாடகங்களில் நடிக்கும்போதும் அப்படித்தான். ஆனால், சினிமாவும் நாடகமும் கூட்டுச் செயற்பாடுகள் என்பதால் என்னுடைய கருத்துப் பிடிவாதத்திலிருந்து நான் சற்றுச் சறுக்கவும் விட்டுக் கொடுக்கவும் நேரிடும். இலக்கிய எழுத்து அப்படியல்ல. அது எனக்கு முழுமையான சுதந்திரத்தை அளிப்பது. என்னுடைய சிறுகதையையோ நாவலையோ எழுதிவிட்டு, பிரதி அச்சுக்குப் போவதற்கு முன்பாக இன்னொருவரிடம் படிக்கக் கொடுத்து இலக்கிய அபிப்பிராயமோ, பிரதியைச் செம்மை செய்யவோ கேட்கும் வழக்கம் கூட எனக்குக் கிடையாது. வரலாற்றுத் தகவல்களைச் சரி பார்ப்பதற்காக மட்டுமே சில சமயங்களில் ஓரிரு நண்பர்களிடம் காண்பித்துச் சரி பார்ப்பேன். எனவே, எனக்கு முழுமையான சுதந்திரத்தை அளிப்பது மட்டுமல்லாமல், முழுப் பொறுப்பையும் சுமக்க வைக்கும் ஊடகமாகவும் இலக்கியம் இருக்கிறது. அதே வேளையில் நானொரு தீவிரமான சினிமாப் பார்வையாளன் அல்ல. இன்றைக்கு முக்கியமாகக் கருதப்படும் பல உலகச் சினிமாக்களை நான் பார்த்தது கூடக் கிடையாது. ஆனால், தேடித் தேடிப் படிக்கும் தீவிரமான இலக்கிய வாசகன். எனவே, எனக்கு இயல்பாகவே மிக நெருக்கமானதும் அந்தரங்கப் பிணைப்புள்ளதும் இலக்கியமே.

■ *1997 முதல் 2023 வரையிலான 25 ஆண்டுகளுக்கு மேலான இலக்கியப் பயணம் உங்களுடையது. எழுத நினைத்த எல்லாவற்றையும் எழுத முடிந்ததா? இல்லை எழுத முடியாமல் உள்ளுக்குள் அழுத்திக் கொண்டிருக்கும் ஏதாவது இருக்கிறதா?*

நான் எண்பதுகளிலேயே எழுதத் தொடங்கிவிட்டேன். ஆனால், அய்ரோப்பாவுக்குப் புலம் பெயர்ந்த பின்பாகத்தான் எனக்கு எழுத்துச் சுதந்திரம் முழுமையாக வாய்த்தது. இப்போது நான் எழுத நினைக்கும் எதையும் எழுத எனக்குத் தைரியமும் சுதந்திரமும் வெளியீட்டு வாய்ப்பும் இருக்கின்றன. நான் எதையாவது எழுத நினைத்து எழுதாமல் இருக்கிறேன் என்றால், அந்தக் கதையைச் சொல்வதற்கான வடிவத்தையும் இலக்கிய மொழியையும் நான் இன்னும் கண்டடையவில்லை என்றே பொருள். அவ்வாறு மனதிற்குள் கிடந்து என்னை அலைக்கழிக்கும் பல கதைகள் உள்ளன.

■ *தமிழ் இலக்கியத்தில் உங்களை மிகவும் கவர்ந்த எழுத்தாளர் யார்? சமீபத்தில் வாசித்த முக்கியமான புத்தகங்கள் எவை?*

தமிழ் இலக்கியப் பரப்பு முழுவதும் என்னைக் கவர்ந்த ஏராளமான இலக்கிய ஆசிரியர்கள் உள்ளனர். ஒரேயொருவரின் பெயரை மட்டும்தான் சொல்ல வேண்டுமெனில், அது எஸ். பொன்னுத்துரை என்றே சொல்வேன். நான் என்னுடைய சிறிய வயதிலிருந்தே அவருடைய இலக்கிய எழுத்தை மிகவும் நேசித்தவன். அவரை எனது மானசீகக் குருவாகக் கருதி அவரது இலக்கிய ஊழியத்தைப் பின்தொடர்ந்தவன். அவரோ என்னை வெறுத்தவர். அதைப் பதிவும் செய்திருக்கிறார். ‘சனதரும போதினி’ என்ற இலக்கியத் தொகுப்புக்காக அவரை நான் கண்ட நேர்காணலில், அவரது கண்மண் தெரியாத தமிழ்த் தேசியவாத நிலைப்பாட்டுக்காக நான் அவரைக் கடுமையாகத் தாக்கிக் கலாட்டா செய்துள்ளேன். அந்த நேர்காணல் குறித்து ‘நான் பன்றியின் முன்னே முத்துகளை எறிந்தேன்’ என்று அவர் எரிச்சலுடன் தன்னுடைய வாழ்க்கை வரலாற்று நூலில் பதிவு செய்திருக்கிறார். ஆனால், இந்த அரசியல் முரண்கள் எதுவுமே அவரை என்னுடைய இலக்கிய ஆசிரியர் என்ற பீடத்திலிருந்து இறக்க வல்லமையற்றவை. யாழ்ப்பாணத்தின் மிக ஒடுக்கப்பட்ட சாதியப் பின்புலத்திலிருந்து எழுந்துவந்து,

தன்னுடைய கூர்மையும் நுட்பமும் அங்கதமுமான இலக்கிய எழுத்தாற்றலால் நிமிர்ந்து நின்றவர் எஸ்.பொ. அவர் எங்கள் நிலத்தின் இலக்கிய சாட்சி. எங்கள் வாழ்வின் ஆவணப் பெட்டகம். சாதி, பாலியல் ஒழுக்கங்கள், நிறுவப்பட்ட கலாசாரங்கள், கடவுள்கள் எல்லாவற்றையும் தன்னுடைய கதைகளால் கவிழ்த்துப் போட்ட மகா கலகக்காரர்.

சமீபத்தில் வாசித்தவற்றில் யதார்த்தனுடைய 'நகுலாத்தை' நாவலையும், மாஜிதாவின் 'பர்தா' நாவலையும் முக்கியமானவைகளாகக் கருதுகிறேன். சமகால அரசியலைக் கதைகளில் எழுதக்கூடாது என்றொரு போதனை பரவலாக நிகழ்ந்து கொண்டிருக்கும் இன்றைய தமிழ் இலக்கியச் சூழலில், நேரடியாகவும் உறுதியாகவும் சமகால அரசியல் - பண்பாட்டுப் பிரச்சினைகளை முன்னிறுத்தி எழுதப்பட்ட பிரதிகள் இவை.

இலங்கையில் நிகழ்ந்த யுத்தம் குறித்து எழுதப்பட்ட பிரதிகளில் 'நகுலாத்தை' மிக முக்கியமான பிரதி. தொன்மத்தையும் சமகாலத்தையும் ஊடும் பாவுமாக நெய்து எங்களின் வாதையையும் வலிகளையும் சொல்லும் இலக்கியப் பிரதி. போரை எழுதுகிறேன் என்ற கொக்கரிப்போடு புலிகளை வழிபாடு செய்யும் பிரதிகளுண்டு. இன்னொரு புறத்தில், புலிகளை விமர்சிக்கிறேன் என்ற போர்வையில் தமிழ் மக்களது விடுதலை அரசியலையும் தியாகங்களையும் கொச்சைப்படுத்தும், தனிநபர்கள் மீதான அவதூறுகளை அள்ளித்தெளிக்கும் பிரதிகளுண்டு. இவற்றை வாசிப்பது சித்திரவதைக்கு ஒப்பானது. ஆனால், யதார்த்தன் மிகுந்த நடுநிலையோடும், உண்மைத் தன்மையோடும் ஒரு காலத்தைச் சித்திரித்துக் காட்டியிருக்கிறார். நாவலின் மொழி கொஞ்சம் சிதறலாக இருந்தால் கூட, யதார்த்தனது தனித்தன்மையும் தேடலும் மொழியில் வெளிப்பட்டிருக்கிறது. அவருக்கான மொழியை முதல் நாவலிலேயே அவர் கண்டடைந்திருக்கிறார்.

மாஜிதாவின் 'பர்தா' நம்முடைய இலக்கிய வரலாற்றிலே முக்கியமான நிகழ்வு. இன்று உலகம் முழுவதுமே இஸ்லாமியர்கள் மீதான வெறுப்புணர்வு திட்டமிட்டுக் கட்டமைக்கப்படுகிறது. இன்னொருபுறத்தில், இஸ்லாமிய மத அடிப்படைவாதிகளால் இஸ்லாமிய மக்கள், குறிப்பாகப் பெண்கள் பல்வேறு

அழுத்தங்களுக்குள்ளும், கட்டுப்பாடுகளுக்குள்ளும், தண்டனைகளுக்குள்ளும் நெரித்துத் தள்ளப்படுகிறார்கள். இவை இரண்டுக்கும் நடுவேயிருந்து ஒலிக்கும் தனிக்குரல் மாஜிதாவுடையது. அவர் சமூகச் செயற்பாட்டாளராவும் இருப்பதால் மேலும் விரிந்த பார்வை அவருக்கு நாவலில் சாத்தியமாகியுள்ளது. மொழியைத் திருகி வாசகர்களைத் துன்புறுத்தாமல் எளிமையான மொழியில் எழுதப்பட்ட ஆனால், ஆழமான பிரச்சினைகளைப் பேசும் நாவல் 'பர்தா'.

கிழக்கு இலங்கை முஸ்லிம்களிடையே எண்பதுகளின் தொடக்கத்திலே நிகழத் தொடங்கிய ஈரான் சார்பான மத அடிப்படைவாதிகளின் கடும்போக்கும், பின்னால் உருவாகிய சவூதி அரேபியா சார்பான மத அடிப்படைவாதிகளின் கடும்போக்குகளும் எவ்வாறு அந்தச் சமூகத்தை மீள முடியாதிருக்கும் பண்பாட்டு அடிமைத் தனத்திற்குள் சிக்கவைத்திருக்கின்றன என்பதை சுரையா என்ற பெண்ணின் கதை வழியாக மாஜிதா சொல்லிச் செல்கிறார். நாவலைக் கருத்தூன்றி வாசிக்கும் போது, இது Autofiction எனப்படும் தற்புனைவு நாவலே என்பதை ஊகித்துவிடலாம். அதனாலேயே மிகுந்த நம்பகத்தன்மை பிரதியில் மிளிர்கிறது. பர்தா, ஹபாயா போன்றவை எவ்வாறு பெண்கள் மீது கட்டாயப்படுத்தித் திணிக்கப்பட்டது, அவர்களது பாரம்பரிய பண்பாட்டு அம்சங்களான குலவையிடல், கபுர் தரிசனம் போன்றவை கட்டாயமாகத் தடுக்கப்பட்டது போன்றவற்றை முஸ்லிம் பெண்களின் தரப்பிலிருந்து சித்திரிக்கும் குறுக்குவெட்டு ஆவணம் இந்த நாவல். உள்ளிருந்து எழும் தீர்க்கமான எதிர்க் குரல்.

■ 'ஸலாம் அலைக்' நாவல் பழையன கழிதலோடு ஸ்தம்பிக்கிறதே? நீங்கள் அப்படிக் கருதுகிறீர்களா?

எது பழையது? போரா? அகதி வாழ்வா? மனித குலம் எப்போது உபரிச் செல்வத்தை உற்பத்தி செய்யத் தொடங்கியதோ அன்றிலிருந்து இன்று வரை மாறாதவையல்லவா இவை! காலங்களும் வெளிகளுமே வேறு வேறு.

‘ஸலாம் அலைக்’ நாவலில் நான் எழுதியிருப்பது சமகாலத்தில் அய்ரோப்பாவில் அகதிகள் எதிர்கொள்ளும் பிரச்சினைகள். முன்னெப்போதையும் விட இப்போது இந்தப் பிரச்சினை உச்சத்தில் உள்ளது. அய்ரோப்பிய நாடுகள் தங்களது கதவுகளை அகதிகளுக்கு மூடிக்கொண்டுள்ளன. குறிப்பாக, ஈழ அகதிகளை ஏற்றுக்கொள்வதில்லை என்ற முடிவுக்கு இப்போது இந்த நாடுகள் வந்துள்ளன. ஆனால், இலங்கையிலிருந்து இன்று வரை அகதிகள் புறப்பட்டுக்கொண்டேயிருக்கிறார்கள். இலங்கையில் யுத்தம் முடிவுற்றாலும், அங்கே இன்னும் சிறுபான்மை மக்களுக்கு அரசியல் பிரச்சினைகள் உள்ளன. ஊடகச் சுதந்திரமும், அரசியல் சுதந்திரமும் இறுக்கமான கண்காணிப்புக்கு உள்ளேயே இருக்கின்றன. இலங்கையில் மட்டுமல்லாமல், உலகளவில் அகதிகள் எவ்வாறு உருவாகக் கூடும் என்பதையும் நாவலில் சித்திரித்துள்ளேன். போரை மறுபடியும் மறுபடியும் நான் எழுதுகிறேன் என நீங்கள் கருதக்கூடும். என் ஆயுள் முழுவதும் எழுதினாலும் சொல்லித் தீராத கதைகளை யுத்தம் உருவாக்கி இரகசியமாக வைத்திருக்கிறது. அவற்றை இனித்தான் கண்டடைய வேண்டும். எழுத வேண்டும்.

இந்த நாவலை எழுதும்போதே, அய்ரோப்பிய மொழி வாசகர்களையும் மனதில் வைத்தே எழுதினேன். அகதிகள் என்றால் யாரென்பதை வெள்ளைக்காரர்களின் செவிகள் கிழியக் கத்திச் சொல்ல வேண்டிய அவசியம் இருக்கிறது. இல்லாவிட்டால் ‘*Problemski Hotel*’ போன்ற தட்டையான, இன வெறுப்பு உறைந்துள்ள நாவல்களின் வழியேதான் அவர்கள் அகதிகளை அறிந்துகொள்கிறார்கள். ‘பிராப்ளம்ஸ்கி விடுதி’ என்ற பெயரில் தமிழ் உட்படப் பல்வேறு மொழிகளில் அந்த நாவல் வெளிவந்திருக்கிறது. நீங்கள் படித்திருப்பீர்கள் என்று நம்புகிறேன். பெல்ஜிய எழுத்தாளரான டிமிட்ரி வெர்ஹல்ஸ்ட், பெல்ஜியத்திலுள்ள அகதி முகாமொன்றில் பார்வையாளராகச் சில நாட்கள் தங்கிச் சேகரித்த அரைகுறைத் தகவல்களைத் தன்னுடைய அய்ரோப்பிய மேட்டிமைவாதப் பார்வையில் நாவலாக்கியிருக்கிறார். அகதிகளை முழு மடையர்களாகவும், வீணான சண்டைக்காரர்களாகவும், வேசிகளாகவும் சித்திரிக்கும் நாவலது. இன்னும் சொல்லப் போனால், பெல்ஜியம் நாட்டில் காலனிய காலத்தில் ‘மனிதக் காட்சிச்சாலைகள்’ அமைக்கப்பட்டு, ஆபிரிக்க மனிதர்கள் காட்சிப் பண்டங்களாக்கப்பட்டதைப்

போன்றதே ‘பிராப்ளம்ஸ்கி விடுதி’ நாவல். நாவலில் கையாளப்பட்டிருக்கும் மொழி இன வெறுப்பிலும், பெண் வெறுப்பிலும் அருவருப்பாகப் புளித்துப்போயிருக்கிறது. அகதி முகாமின் கவுரவப் பார்வையாளர்களான, அகதிகள் ஆராய்ச்சியாளர்களான டிமிட்ரி வெர்ஹல்ஸ்ட் போன்றோர் எழுதியிருக்கும் இத்தகைய கதைகளுக்கு எதிராக, முப்பது வருடங்களாக அகதி வாழ்வை வாழ்ந்த நான் அகதிகள் தரப்பின் குரலை ஒலிக்க வேண்டியிருக்கிறது. ‘ஸலாம் அலைக்’ நாவலை பிரெஞ்சு மொழியில் வெளியிட, பிரான்ஸின் முன்னணிப் பதிப்பகங்களில் ஒன்றான *ZULMA* என்னோடு ஒப்பந்தம் செய்திருக்கிறது. ‘ஸலாம் அலைக்’ நாவல் அய்ரோப்பிய மொழிகளில் வெளிவரும்போது, என்னால் உறுதியாக டிமிட்ரி வெர்ஹல்ஸ்ட் போன்ற மேட்டிமைச் சக்திகளைச் சவால் செய்ய முடியும்.

■ *புலிகளுக்கு எதிரான நிலைதான் பெரும்பாலும் உங்களது எழுத்தில் இருந்திருக்கிறது. அப்படியிருக்கும்போது ‘BOX’ நாவலில் வருவது போன்ற ஒரு கிராமத்தை உருவாக்கிய காரணம் என்ன? அப்படிப் புனைவுக்காக உருவாக்கும் போது, உங்களது எழுத்தின் மீதான நம்பகத் தன்மையும் உண்மைத் தன்மையும் போய்விடும் தானே?*

எத்தனை நேர்காணல்களில்தான் நான் இந்தக் கேள்விக்குத் திரும்பத் திரும்பப் பதிலளிப்பது! புலிகளுக்கு எதிரான நிலைதான் என்னுடைய எழுத்தில் பெரும்பாலும் இருக்கிறது என்று சொல்வதெல்லாம் என்ன நியாயம்? இலங்கை அரசின் மீதான விமர்சனங்களை என்னுடைய கதைகளில் தொடர்ச்சியாக வைத்திருக்கிறேன். அவற்றோடு ஒப்பிட்டால் புலிகள் மீது நான் வைத்திருக்கும் விமர்சனங்கள் பாதியளவும் இருக்காது. இலக்கியத் தளத்தில் புலிகள் மீதான விமர்சனத்தைப் புலிகள் இருந்த காலத்திலேயே முன்வைத்த மிகச் சிலரில் நானும் ஒருவன் என்பதால் ஒருவேளை இந்தத் தோற்றம் உங்களுக்கு ஏற்படுகிறதோ தெரியவில்லை. நான் புலிகள் இயக்கத்தின் மீது மட்டுமல்லாமல், இந்தப் போரை நடத்திய, போருக்கு ஆதரவளித்த அனைத்துச் சக்திகளுக்கும் எதிரானவன். இதொன்றும் இந்த நேர்காணலுக்கான வெறும் வாய் வார்த்தையில்லை. இதற்கான ஆதாரங்கள் எழுத்துகளாகவும், உரைகளாகவும்,

விவாதங்களாகவும் என்னுடைய இணையத் தளத்தில் சேகரித்து வைக்கப்பட்டுள்ளன.

'BOX' நாவலின் 'பெரிய பள்ளன்குளம்' கிராமம் மட்டுமல்லாமல், 'இச்சா' நாவலில் வரும் 'இலுப்பங்கேணி' கிராமம், 'ம்' நாவலில் வரும் 'பனைத்தீவு' எல்லாமே நான் கற்பனையில் உருவாக்கிய கிராமங்களே. இன்னும் சொல்லப்போனால் 'இச்சா' நாவலில் கற்பனையாக ஒரு துருவ நாட்டையும், கற்பனையாக 'உரோவன்' என்ற மொழியையும் உருவாக்கியுள்ளேன். இலக்கியப் பிரதிக்கு மிக அடிப்படையானது தூலமான உண்மைத்தன்மை என நீங்கள் சொல்லக்கூடும். கற்பனையிலும் இருண்மையிலும் உண்மையை மட்டுமல்லாமல் வரலாற்றையும் கண்டறிய முடியும் என்பதுதான் மகத்தான இலக்கியவாதிகளின் கட்சி. இதற்கான எடுத்துக்காட்டுகளை நீங்கள் மிகெல் டி செர்வாண்டிஸ் முதல் போர்ஹேஸ் வரை கண்டுகொள்ளலாம். பப்லோ பிக்காஸோ இப்படிச் சொல்வார்: Art is a lie that makes us realize truth, at least the truth that is given us to understand.

- உலகமயமாக்கத்தைக் கொள்கையாகக் கொண்ட மேற்கத்திய நாடுகளில் இருந்துகொண்டு, அந்தக் கொள்கைகளுக்கு நேரெதிரான சிந்தனைக் களத்தில் எப்படி உங்களால் தீவிரமாக இயங்க முடிகிறது?

மேற்கு நாடுகள் மட்டுமல்ல; சீனா, கியூபா, இந்தியா, இலங்கை உள்ளிட்ட அனைத்து உலக நாடுகளின் அரசுகளும் இப்போது உலகமயமாக்கல் கொள்கையைக் கடைப்பிடிக்கின்றன. முதலாளியத்தின் அபரிதமான, வீக்கமான உற்பத்தியின் அடுத்த கட்ட நிலை இந்த உலகமயமாக்கல். அனைத்துலகத் தொழிலாள வர்க்கத்தின் மாபெரும் வீழ்ச்சி இந்த உலகமயமாக்கல். இன்று இலங்கையின் பொருளாதாரம் சிதைவுற்று அதல பாதாளத்தில் வீழ்ந்ததற்கும் இந்த உலகமயமாக்கல் பொருளாதாரக் கொள்கையே மூல காரணம்.

நீங்கள் சொல்வது போல நான் இந்த உலகமயமாக்கலுக்கு எதிராகத் தீவிரமாக எல்லாம் போராடவில்லை. உலகமயமாக்கலைக் கண்டித்து ஏதோ இரண்டு கட்டுரைகளை எழுதுவேன் அல்லது ஒன்றுபாதி நேர்காணல்களில் இப்படியொரு பதிலைச் சொல்லிக் கடந்து போகிறேன். அல்லது பிரான்ஸில் உலகமயாக்கலுக்கு

எதிராக நடக்கும் ஏதாவதொரு ஆர்ப்பாட்டத்தில் போய் ஓரமாக நின்றிருப்பேன்.

அதேவேளையில், நீங்கள் குறிப்பிடும் மேற்கு நாடுகளிலும் உலகமயமாக்கலுக்கு எதிராக இடதுசாரிகளும், விவசாயிகளும், அனார்க்கிஸ்டுகளும் கடுமையாகப் போராடிக்கொண்டுதான் இருக்கிறார்கள். அரசாங்கமும் அவர்களை ஒடுக்கிக்கொண்டுதான் இருக்கிறது. உண்மையில் இப்போது உலகத் தொழிலாள வர்க்கத்திற்கு ஏற்பட்டிருப்பது தலைமை நெருக்கடி. உலக அளவில் அவர்களை இணைப்பதற்கு ஓர் அமைப்பு இல்லாதது வருந்தத்தக்கது. நம்முடைய வரலாற்றில் கடந்த காலங்களில் இயங்கிய கம்யூனிஸ அகிலங்களை மனது ஏக்கத்துடன் நினைவு கொள்கிறது.

■ *எழுத்தின் நோக்கமான சுதந்திரம் அடைந்து விட்டாலும் எழுத்தின் போர் ஓயாது தானே?*

உங்களது கேள்வி எனக்குப் புரியவில்லை. ஆனாலும், எழுத்தில் கூட வீணான, வீம்பான போர் கூடவே கூடாது என்பதைச் சொல்லி வைக்கிறேன்.

■ *அடிப்படைவாதப் படைப்பாளிகள்/ உணர்வாளர்கள் உங்களின் எழுத்தினைக் கொண்டாடினால், உங்களுக்குள் தன்னிச்சையாக ஓர் எச்சரிக்கை உணர்வு ஏற்படும் விதமாக உங்களைப் பழக்கியிருக்கிறீர்கள் தானே?*

நான் எதற்காக எச்சரிக்கை அடைய வேண்டும்? எனது எழுத்துகளால் அடிப்படைவாதிகள் தான் எச்சரிக்கை அடைய வேண்டும். நானோ என்னுடைய எழுத்தோ ஒருபோதும் இன, மத, பால் அடிப்படைவாதிகளின் பக்கம் சாயாது என்ற தன்னம்பிக்கையும் அரசியல் தெளிவும் எனக்குண்டு. ஒன்றை நீங்கள் கவனிக்க வேண்டும்! பிற்போக்குச் சக்திகளிடையே மட்டுமல்லாமல், முற்போக்குச் சக்திகளிடமும் தங்களது இறுக்கமான அமைப்பு விசுவாசம் காரணமாக இந்த அடிப்படைவாதம் தொற்றியிருக்கிறது. அதனால் தான் முகநூல் முழுவதும் சிவப்புச் சங்கி, நீலச் சங்கி, பச்சைச் சங்கி எனப் பல உருட்டல்கள் நிகழ்ந்துகொண்டிருக்கின்றன. ஆவேசமான

ஆயிரமாயிரம் முகநூல் உருட்டல்களை விட, ஒரேயொரு நிதானமான உரையாடல் சாலச் சிறந்தது.

■ வாழ்வு முழுக்க நீளும் இத்தனை அலைக் கழிப்புகளுக்கு மத்தியிலும், அந்தப் பகடி நிறைந்த கொண்டாட்டமான மனதை எழுத்தில் எப்படித் தொடர்ந்து தக்கவைத்திருக்க முடிகிறது?

என்னுடைய எழுத்திலுள்ள பகடியை நீங்கள் கொண்டாட்ட மனநிலையாக அடையாளம் காணத் தேவையில்லை. அது கையறு நிலையில் வெளிப்படும் கசப்பான எதிர்வினை. அதிகார சக்திகளை எதிர்த்துப் பேசும் சாமானியனுக்கு எள்ளலும் கிண்டலும் ஆயுதங்கள். இந்த அம்சத்தை பேராசிரியர் ராஜ் கௌதமன் 'தலித் பார்வையில் தமிழ்ப் பண்பாடு' எனும் நூலில் மிக விரிவாக ஆய்வு செய்து பேசியுள்ளார்.

■ யாழ்ப்பாண நூலகத்தினை உலகின் ஏதாவதொரு மூலையில் அதே மாதிரிக் கட்டமைக்க முடியுமா?

யாழ்ப்பாண நூலகத்தோடு சேர்த்து எரியூட்டப்பட்ட பழைமை வாய்ந்த நூல்களும், சுவடிகளும் நமக்கு இனிக் கிடைக்கப் போவதில்லை. யாழ்ப்பாண நூலகம் மீளக் கட்டியெழுப்பப்பட்டு, இப்போது அதே இடத்தில் இயங்கிக்கொண்டிருக்கிறது. அதை மேலும் விரிவுபடுத்துவதைப் பற்றித்தான் நாம் சிந்திக்க வேண்டும்.

■ யாவரும் விரும்பிய ஈழம் அமைவதற்கான சாத்தியங்கள் இன்னும் இருக்கிறது தானே?

இன்றுள்ள அரசியல் சூழலில் சாத்தியங்கள் தென்படவில்லை. ஆனால், எதிர்காலத்தில் மாறப்போகும் சர்வதேச அரசியல் சூழல்களில் ஈழம் அமைவதற்கான சாத்தியங்கள் தோன்றவும் கூடும். சர்வதேச வல்லாதிக்க அரசுகளின் சூழ்ச்சிகளையும், திட்டங்களையும் நாம் முன்கூட்டியே அனுமானித்துவிட முடியாது என்பது ஈழப் போராட்டம் நமக்குக் கற்றுத் தந்த பாடங்களில் தலையாய பாடம். இன்னொரு முக்கியமான விஷயம் உள்ளது. அது என்னவெனில், இன்றைக்கும் ஈழத் தமிழர்கள் தனி ஈழக் கோரிக்கையை ஆதரிக்கிறார்களா என்பதே. இதற்கு ஈழத்தில் வாழும் மக்களும், அவர்களைப் பிரதிநிதித்துவம்

யுத்த தூஷணம் | 135

செய்யும் கட்சிகளுமே பதில் சொல்ல வேண்டும். எனக்குத் தெரிந்து ஈழத்தில் எந்தவொரு தமிழ் அரசியல் கட்சியோ, தமிழ்த் தேசியத்தை முன்னிறுத்தும் அறிவுஜீவிகளோ, முன்னாள் போராளிகளின் அமைப்போ தனி ஈழக் கோரிக்கையை இப்போது முன்வைப்பதில்லை.

■ படைப்பாளி என்பதால் எல்லாவற்றுக்கும் மாற்றுக் கருத்துப் பேசுகிறீர்களா?

நான் அவநம்பிக்கையாளன் அல்ல. மாறாக நான் எப்போதுமே நன்நம்பிக்கைவாதி. அதேவேளையில் நம்மைச் சூழ்ந்துள்ள அரசியல் நிலைமைகளையும், மக்களின் எண்ணங்களையும் நிதானமாகவும் சரியாகவும் புரிந்துகொண்டு எதிர்வினையாற்ற வேண்டுமென்று கருதுபவன். உணர்ச்சிவயப்பட்டோ, சமூக வலைத் தளங்களால் தூண்டப்பெற்றோ வார்த்தைகளைச் சிந்திவிடக் கூடாது என்ற எச்சரிக்கையுடன் இருக்கிறேன். அதேவேளையில் சரியான தருணத்திலும், இடத்திலும் என்னுடைய மாற்றுக் கருத்துகளை முன்வைப்பதில் நான் தயக்கம் காட்டுவதுமில்லை.

சில நாட்களுக்கு முன்பு பழ. நெடுமாறன் 'விடுதலைப் புலிகளின் தலைவர் பிரபாகரன் உயிரோடு இருக்கிறார்' எனத் தெரிவித்த கருத்தின் மீது பலர் எதிர்க் கருத்து வைப்பதையும், நெடுமாறனை இந்திய உளவுத்துறை ஏஜெண்ட் என்பது போலக் கரித்துக் கொட்டுவதையும், நெடுமாறனை மறுத்து சீமானும், தொல். திருமாவளவனும், வைகோவும் 'பிரபாகரன் உயிரோடு இல்லை' எனச் சொல்வதையும் பார்த்தவாறு இருக்கிறேன். மொத்தக் குற்றத்தையும் பழ. நெடுமாறன் மீது சுமத்துவதை என்னால் உண்மையில் சகித்துக் கொள்ளவே முடியவில்லை. பொறுமையாக என்னுடைய கருத்தை உங்களிடம் தெரிவித்துவிடுகிறேன்.

புலிகளின் தலைவர் இறுதி யுத்தத்தில், மே 2009 இல் இறந்து விட்டார் என்பதில் எனக்கு எந்த அய்யமும் கிடையாது. 2009 ஜூலை மாதம் நான் 'தீராநதி' இதழில் 'பிரபாகரன் ஜீவிக்கிறார்' என்றொரு கட்டுரையை எழுதினேன். வன்னியின் போர்க்களத்தில் மடிந்த தங்களது தலைவரின் மரணத்தை ஒப்புக்கொள்ளவும் அறிவிக்கவும் எஞ்சியிருக்கும் புலிகளும், புலிகளின் வெளிநாட்டுக்

கிளைகளும், புலிகளின் ஆதரவாளர்களும் மறுப்பதைக் கடுமையாக அக்கட்டுரையில் சாடியிருந்தேன். அப்போது புலிகளின் அமைப்புகள் மட்டுமல்லாது நெடுமாறனும், வைகோவும், சீமானும், தொல். திருமாவளவனும் பிரபாகரனின் மரணத்தை ஏற்றுக்கொள்ளவில்லை. இவர்களில் எவர் ஒருவரும் இன்று வரை பிரபாகரனுக்கு ஓர் அஞ்சலி நிகழ்வை நடத்தியதில்லை. அவரது படத்திற்கு ஒற்றை மெழுகுவர்த்தியைக் கூட ஏற்றி வைக்கவில்லை. வருடா வருடம் தவறாமல் நவம்பர் மாதத்தில், பெரும் எடுப்பில் புலம் பெயர்ந்த நாடுகளில் நடத்தப்படும் மாவீரர் நாள் நிகழ்வுகள் எதிலும் இன்று வரை எவருமே பிரபாகரனுக்கு அஞ்சலி செலுத்த ஒற்றை வார்த்தையைச் சொன்னதில்லை.

சென்ற வருடம், அதாவது 2022 இல் 'நாம் தமிழர் கட்சி' பூவிருந்தவல்லியில் நடத்திய 'மாபெரும் இன எழுச்சிப் பொதுக் கூட்டம்' என்ற நிகழ்வில் 'வருவாண்டா பிரபாகரன் மறுபடியும் அவன் வரும்போது சிங்களவன் கதை முடியும்' என்ற பாடல் மேடையில் பாடப்பட்டதையும், அதற்கு ஆயிரக்கணக்கான மக்கள் களிப்போடு நடனமாடியதையும் இப்போதும் நீங்கள் YouTube-ல் காணலாம். பிரபாகரன் இறந்துவிட்டார் என்பது சீமானுக்குச் சென்ற வருடம் வரை தெரியாதா என்ன?

ஆக, ஒரு பெரும் கூட்டமே பிரபாகரன் உயிரோடு இருக்கிறார் என்ற மாயையை இதுவரை கட்டிக்காத்து வந்திருக்கிறது. அதன் விளைவுதான் நெடுமாறனின் இப்போதைய 'உயிரோடு இருக்கிறார்' அறிக்கை. கவனமாகப் பாருங்கள்! இப்போது வரை புலிகளின் வெளிநாட்டுக் கிளைகள் இயங்கிக்கொண்டும், மக்களிடம் பணம் சேகரித்தவாறுமே உள்ளன. அந்தக் கிளைகளில் ஒரு கிளை கூட இதுவரை பழ. நெடுமாறனை மறுக்கவில்லை. பிரபாகரன் உயிரோடு இருக்கிறார் என்ற மாயையை அவர்கள் நீடித்து வைத்திருக்கவே விரும்புகிறார்கள். புலிகளின் வெளிநாட்டு அமைப்புகளே இப்படித் திருகுதாளம் செய்யும் போது, நெடுமாறனை நொந்து என்ன பயன்? நெடுமாறனை மறுக்கும் சீமானோ, திருமாவளவனோ, அல்லது தீபச்செல்வன் போன்றவர்களோ அடுத்த மாவீரர் தினத்தில் பிரபாகரனுக்குப் பகிரங்கமாக அஞ்சலி செலுத்தத் தயாரா? இல்லையெனில்

யுத்த தூஷணம் | 137

நெடுமாறனைக் குற்றம் சொல்லாதீர்கள். நீங்கள் அமுக்கமான வாய்! நெடுமாறன் ஓட்டைவாய்! அவ்வளவுதான் வித்தியாசம்.

உண்மையில், புலிகளின் தலைமை அழிக்கப்பட்ட போதே, அதை வெளிப்படையாக அறிவித்துவிட்டு இன்னொரு தலைமையை வெளிநாடுகளில் வாழ்ந்திருந்த புலிகளிடையே அந்த அமைப்புத் தேர்ந்தெடுத்திருந்தால், இன்றுவரை புலிகள் அமைப்பு ஆகக் குறைந்தது புலம் பெயர்ந்த நாடுகளிலாவது பலத்துடன் இருந்திருக்கும். 'நாடு கடந்த அரசாங்கம்' என்பது இப்போது போலக் கேலிக்கூத்து ஆகாமல், ஒரு தீவிரமான அரசியல் செயற்பாடாக அமைந்திருக்கும். தங்களது தலைவர் மரணித்த உண்மையை மறைத்ததால், இப்போது அந்த அமைப்பே மண்ணோடு மண்ணாகப் போய்விட்டது. புலிகளின் வெளிநாட்டுக் கிளைகள் வெறுமனே வணிக நிறுவனங்களை நடத்தி இலாபம் சம்பாதிக்கும் பிரைவேட் கம்பனிகளாக மாறிவிட்டன. இதையெல்லாம் கணக்கில் எடுக்காமல் நெடுமாறன் மீது சாபம் விடுவது மல்லாந்து படுத்து எச்சில் துப்பும் வேலையே.

இன்னும் பல காலங்களுக்கு பழ. நெடுமாறன் போன்றவர்கள் 'பிரபாகரன் ஜீவிக்கிறார்' என்று பல்வேறு ரூபங்களில் சொல்லிக் கொண்டுதான் இருப்பார்கள். உண்மையிலேயே கணிசமான மக்கள் இந்தப் பொய்யை நம்பிக்கொண்டுதான் இருக்கிறார்கள். நெடுமாறனின் அறிக்கையைத் தொடர்ந்து, சமூகவலைத் தளங்களில் எழுதப்பட்ட எண்ணற்ற உற்சாகமான பதிவுகளைக் கவனித்தாலே இது உங்களுக்குப் புரிந்துவிடும். இத்தகைய வீண் நம்பிக்கை அந்த மக்களை அரசியல் செயலின்மையில் தள்ளிவிடும். இன்று பேசப்படும் 13 ஆவது திருத்தச் சட்டம், முழுமையான மாகாண சுயாட்சி போன்ற தீர்வுத் திட்டங்களை அவர்கள் இயல்பாகவே நிராகரித்துவிடுவார்கள். ஏனெனில், அவர்கள் பிரபாகரனுக்காகக் காத்துக்கொண்டிருக்கிறார்கள். பிரபாகரன் உயிரோடு இல்லை என்பது இலங்கை அரசுக்கும் தெரியும். ஆனால், பிரபாகரனின் வழியை ஆதரிக்க இன்னும் கணிசமான ஆட்கள் இருக்கிறார்கள் என்பதை அவர்கள் கவனிக்கிறார்கள். தமிழ் நிலங்களில் தங்களது கண்காணிப்பையும், இராணுவ முற்றுகையையும் மேலும் பலப்படுத்துகிறார்கள்.

■ *இராசபக்சேக்களுக்கு எதிரான மக்கள் போராட்டத்தைப் புலம் பெயர்ந்த தமிழர்கள் எப்படிப் பார்க்கிறார்கள்? பெரிய மகிழ்ச்சி எதுவும் வெளிப்பட்டதாகத் தெரியவில்லையே?*

புலம் பெயர்ந்த தமிழ் மக்களோ, தாயகத்தில் வாழும் தமிழ் மக்களோ பெரும்பாலானோர் ஒருபோதுமே இராசபக்சேக்களை ஏற்றுக்கொண்டது கிடையாது. ஈழத் தமிழர்கள் ஒவ்வொரு அதிபர் தேர்தலிலும் இராசபக்சேகளுக்கு எதிராக நின்ற வேட்பாளர்களுக்கே தங்களது வாக்குகளைச் செலுத்தினார்கள். குறிப்பாக, கோத்தபய இராசபக்ச முதன்மையான இனப் படுகொலை யுத்தக் குற்றவாளி என்பதுவே தமிழ் மக்களின் கருத்தாகும். கோத்தபய இராசபக்ச அதிபர் தேர்தலில் வென்றதும் ‘சிங்கள மக்களின் வாக்குகளாலேயே நான் வென்றேன்’ எனச் சொன்னார். பெரும்பாலான தமிழ் மக்கள் எப்போதுமே இராசபக்சக்களை நிராகரித்தே வந்திருக்கிறார்கள். எனவே இராசபக்சக்களின் வீழ்ச்சியை அவர்கள் எப்போதுமே விருப்பத்துடன் எதிர்பார்த்தே இருந்தார்கள்.

ஆனால், சென்ற வருடம் சிங்கள மக்களால் வழி நடத்தப்பட்ட இராசபக்சேக்களுக்கு எதிரான போராட்டத்தில், நாட்டின் பொருளாதார வீழ்ச்சியே போராட்டத்தின் முதன்மைப் பிரச்சினையாக முன்வைக்கப்பட்டது. அந்தப் போராட்டத்தில் தமிழ் மக்களின் அரசியல் உரிமைகள் குறித்தெல்லாம் யாரும் உறுதிபடப் பேசவில்லை. இன்று தமிழ் அரசியல் தரப்புகளால் கோரப்படும் 13 ஆவது திருத்தச் சட்டம், அதன் வழியான முழுமையான மாகாண சுயாட்சி போன்ற கோரிக்கைகளையெல்லாம் போராட்டத்தில் யாருமே முன்வைக்கவில்லை. யுத்தக் குற்றங்களுக்கு நீதி விசாரணையை வலியுறுத்தவில்லை. வெறுமனே இழவுத் துக்கம் கேட்டதுடனும், கொழும்பில் முள்ளிவாய்க்கால் கஞ்சி காய்ச்சிப் பருகியதுடனும் சிறுபான்மை மக்களின் பிரச்சினைகள் இலகுவாகக் கடக்கப்பட்டன. ஆகவே, இயல்பாகவே பெரும்பாலான தமிழ் மக்கள் இந்தப் போராட்டத்திலிருந்து ஒதுங்கி நின்றதை நம்மால் புரிந்துகொள்ள முடியும். அவர்களைப் பொறுத்தவரை எந்தச் சிங்களக் கட்சியும், எந்தச் சிங்களத் தலைமையும் நம்பிக்கையானதல்ல. ஆனால், பெருமளவில் இல்லாவிட்டாலும்

சிறிய அளவிலாவது தமிழ், முஸ்லிம் மக்களும் இந்தப் போராட்டத்தில் பங்கெடுத்திருக்கிறார்கள்.

அதேவேளையில் பரந்துபட்ட தமிழ் மக்களுக்குச் சிங்கள அரசியல் சக்திகள் மீதிருக்கும் நியாயமான சந்தேகத்தையும் நாம் கணக்கில் எடுக்க வேண்டும். இந்தப் போராட்டத்தில் முக்கிய பாத்திரங்களை வகித்த அரசியல் சக்திகளான 'ஜே.வி.பி'யும், இன்றைய 'முன்னிலை சோசலிஸக் கட்சி'யின் தலைவர்களும் முள்ளிவாய்க்கால் இனப் படுகொலையின் போது, போருக்கும் இராசபக்சேக்களுக்கும் ஒருமித்து ஆதரவளித்தவர்கள் என்பதை எப்படி நம்மால் மறந்துவிட முடியும். சிறுபான்மையினரின் தேசிய சுயநிர்ணய உரிமை என்ற வார்த்தையைக் கேட்டாலே காதுகளை மூடிக்கொள்ளும் அறப் படித்த மார்க்ஸியர்களல்லவா இவர்கள். இடதுசாரிப் போர்வைக்குள் மறைந்திருக்கும் பச்சை இனவாதிகள் இவர்கள். இதையெல்லாம் ஏற்கனவே கட்டுரைகளில் நான் ஆதாரங்களோடு அம்பலப்படுத்தி எழுதியிருக்கிறேன். இந்த இனப்படுகொலைக்குப் பின்பாக நடந்த தேர்தல்களில் பெருவாரியான சிங்கள மக்கள் இராசபக்சேயை யுத்தத்தின் வெற்றி நாயகனாகக் கொண்டாடித் தேர்தல் வெற்றியை அளித்தார்கள். தமிழ் மக்களைப் பொறுத்தவரை அவர்களுக்கும் பொருளாதார வீழ்ச்சியால் பாதிப்பு உண்டெனினும், அதை விடவும் முக்கியமான அரசியல் உரிமைகள், காணாமலாக்கப்பட்டோர், அரசியல் கைதிகள், சிறுபான்மையினரின் நிலங்களில் நடுநிசியில் திடீரெனத் தோன்றும் புத்தர் சிலைகள், நில அபகரிப்பு, இனப் படுகொலைக்கான நீதி தொடர்பிலான பாரதூரமான பிரச்சினைகள் இருக்கின்றன. அது குறித்துப் போராட்டக்காரர்கள் உண்மையான அக்கறையைக் கொண்டிருக்கவில்லை.

நடந்து முடிந்த போராட்டத்தில் இந்தப் போதாமைகள் இருப்பினும், இராசபக்சேயை வீழ்த்தியது பெரும் சாதனையே. அதை நான் வரவேற்கிறேன். ஆனால், ஏன் இந்தப் போராட்டம் அத்தோடு முடங்கிப்போனது? புதிய அதிபராக ரணில் விக்கிரமசிங்கவைக் கொண்டுவருவதற்காகத் திட்டமிட்டு நடத்தப்பட்ட போராட்டமா இது? இல்லையெனில் ஏன் போராட்டம் தொடரவில்லை? என்றெல்லாம் நிறையக் கேள்விகள் உள்ளன. இப்போது ரணில் விக்கிரமசிங்கவின் ஆட்சியில் பொருளாதார நெருக்கடி தீர்ந்துவிட்டதா என்ன?

உலக வங்கியினதும், சர்வதேச நாணய நிதியத்தினதும் ஒவ்வொரு அழுத்தத்துக்குப் பணிந்தும் ரணில் விக்கிரமசிங்க நாட்டைக் கூறுபோட்டு விற்றுக்கொண்டிருக்கிறார். பொதுமக்களுக்கான மானியங்களிலும், அரச ஊழியர்களது ஊதியத்திலும் வெட்டுக்களை ஏற்படுத்துகிறார். வேடிக்கையானது என்றாலும் ஓர் உண்மையைச் சொல்கிறேன். இராசபக்சேக்களை விட ரணில் விக்கிரமசிங்கவே உலக ஏகாதிபத்தியத்திற்கும், மூலதனத்திற்கும், உலகமயமாக்கலுக்கும் சிறப்பாகச் சேவை செய்யக்கூடியவர். இதை அவரதும் அவரது கட்சியினதும் வரலாறு கடந்த அய்ம்பது வருடங்களாக நிரூபணம் செய்திருக்கிறது.

■ தாயகத்தின் இப்போதைக்கான தன்னெழுச்சியும் ஆட்சி மாற்றமும் தாயகம் திரும்புவதற்கான சாத்தியங்களை உருவாக்கியிருக்கிறதா?

அந்த மாற்றம் 2015 இல் அமைந்த 'நல்லாட்சி' என அழைக்கப்பட்ட மைத்திரிபால சிறீசேனா ஆட்சிக் காலத்திலேயே உருவாகிவிட்டது என்றே நினைக்கிறேன். அந்தத் தேர்தலில் தோற்கடிக்கப்பட்ட போதுதான் 'தமிழ் மக்களின் வாக்குகளால் நான் தோற்கடிக்கப்பட்டேன்' என்று மகிந்த இராசபக்ச வன்மத்தோடு புலம்பினார். இராசபக்சேக்கள் அல்லது ரணில் விக்கிரமசிங்கவோடு ஒப்பிடும்போது, மைத்திரிபால சிறீசேனாவுடைய ஆட்சிக்காலம் ஒப்பீட்டளவில் பரவாயில்லை. வெள்ளை வேன் கடத்தல்களும், கொலைகளும், காரணமற்ற கைது நடவடிக்கைகளும் அந்த நான்கு வருடங்களில்தான் ஓரளவாவது கட்டுப்படுத்தப்பட்டன. அந்தக் காலத்தில்தான், புலம் பெயர்ந்த தமிழர்களில் ஏராளமானோர் நீண்ட காலங்களுக்குப் பின்பு தாயகம் திரும்பினார்கள். அப்போது இலங்கைக்குச் செல்லக்கூடிய கடவுச்சீட்டு என்னிடம் இல்லாததால் என்னால் தாயகத்துக்குச் செல்ல முடியவில்லை.

இந்த வருடத்தின் ஆரம்பத்தில், சென்னையிலிருந்து யாழ்ப்பாணத்திற்கு நேரடியாகப் பயணிகள் விமானச் சேவை நடந்ததாலும், என்னிடம் சரியான கடவுச்சீட்டு இருந்ததாலும், யாழ்ப்பாணத்தில் தனிமையில் வசிக்கும் என்னுடைய எண்பத்தொரு வயது தாயாரைப் பார்ப்பதற்காகத் திடீரென ஏற்பட்ட உந்துதலால் கிளம்பிச் சென்று, அம்மாவுடன் ஒரு வாரம் இருந்துவிட்டுத் திரும்பியிருக்கிறேன். கண்டிப்பாக

எந்த இலக்கியக் கூட்டத்திலும் பங்கு கொள்ளவில்லை. எந்த ஊடகத்திற்கும் நேர்காணல் வழங்கவில்லை.

நான் பிறந்து வளர்ந்த, என்னுடைய பல கதைகளில் இடம்பெறும் அல்லைப்பிட்டிக் கிராமம் இடிந்து விழுந்த வீடுகளுடன் காடாகிக் கிடக்கிறது. ஏறத்தாழ முக்கால்வாசிக் கிராமமும் இடம்பெயர்ந்துவிட்டது. இருக்கும் சொற்ப மக்களும் யுத்த வடுக்களுடனும், துன்ப நினைவுகளோடும் வாழ்கிறார்கள். இலங்கைப் படையினர் நடத்திய மூன்று கூட்டுப் படுகொலைகளைச் சந்தித்த சின்னஞ் சிறிய கிராமம் அது. முப்பத்து மூன்று வருடங்களுக்குப் பின்பாகத் தாயக நிலத்தில் கால் வைத்தபோது, உணர்ச்சியில் என்னுடைய மனது கொந்தளித்துக் கொண்டிருந்தது. திரும்பி வரும்போது துயரால் என்னுடைய மனம் செத்திருந்தது. என்னுடைய இயல்புக்கு மாறாக, முதற் தடவையாக என்னை மிகப் பலவீனமாக உணர்கிறேன். வெறுமை!

கதையின் மொழி இசை போன்றிருக்க வேண்டும்

□ இந்தியன் எக்ஸ்பிரஸ் தமிழ், மார்ச் 2023

இச்சா, BOX, கொரில்லா உள்ளிட்ட முக்கிய நாவல்களை எழுதிய எழுத்தாளர் ஷோபாசக்தியிடம் இந்தியன் எக்ஸ்பிரஸ் தமிழ் இணையத் தளத்திற்காக உரையாடினோம். அதிலிருந்து தொகுக்கப்பட்டது.

□ உரையாடியவர்: **வாசுகி ஜெயஸ்ரீ**

■ *இலங்கையில் உங்களது சொந்த ஊர் எது?*

இலங்கையின் வடதிசையில் 'பாக்' நீரிணையில் மிதக்கும் சின்னஞ்சிறிய தீவுகளில் ஒன்றான 'லைடன்' தீவில் அமைந்துள்ள 'அல்லைப்பிட்டி' கிராமம் ஒரு காலத்தில் என்னுடைய ஊராக இருந்தது. அங்கேதான் நான் பிறந்து வளர்ந்தேன். இப்போது என்னுடைய குடும்பத்தினர் யாரும் அங்கில்லை. எங்களுடைய குடிசை வீடும் இராணுவத்தால் எரிக்கப்பட்டுவிட்டது. வீடிருந்த காணியோ காடு பற்றிக் கிடக்கிறது. யுத்த காலத்தில் இராணுவத்தினராலும், துணைப்படைகளாலும் மூன்று கூட்டுப் படுகொலைகள் எனது கிராமத்தில் நடத்தப்பட்டன. நூற்றுக்கும் மேற்பட்ட அப்பாவிக் கிராமவாசிகள் கொல்லப்பட்டார்கள். கிராமத்திலிருந்து ஒட்டுமொத்தமாக இடம் பெயர்ந்த சனங்களில் தொண்ணூறு விழுக்காட்டினர் ஊருக்குத் திரும்பவேயில்லை. கிராமத்தைச் சுற்றி இராணுவமும், கடற்படையும் நிலைகொண்டுள்ளன. மக்கள் இருந்தால் தானே அது ஊர். இப்போது அதுவொரு மிகப் பெரிய இடுகாடு.

■ *உங்களது குழந்தைப் பருவம் குறித்து எங்களுடன் பகிர்ந்து கொள்ள முடியுமா?*

என்னுடைய குழந்தைப் பருவம் அப்படியொன்றும் இனிய நினைவுகளைக் கொண்டதல்ல. பசியும் பட்டினியும் ஊரில் பொதுவாகப் பரவியிருந்த காலமது. சுட்ட பனம் பழத்தையும், அரசாங்கம் இலவசமாக வழங்கும் அரிசியையும், 'திரிபோசா' சத்து மாவையும் நம்பியே ஊரில் பல குடும்பங்கள் இருந்தன. கல்வியறிவு குறித்துக் கிராம மக்களிடையே விழிப்புணர்வில்லாத நாட்கள். ஆண் குழந்தைகளுக்குப் பத்து வயது வந்தாலே, கடைப் பையன்களாக சிங்கள நாட்டுக்கு வேலைக்கு அனுப்பிவிடுவார்கள். நானும் இத்தகைய குடும்பப் பின்னணியில் வந்தவன்தான். படிப்பில் நான் கெட்டிக்காரனாக இருந்ததால் என்னை வேலைக்கு அனுப்பாமல், தொடர்ந்தும் படிக்க அனுமதித்தார்கள்.

ஆனாலும், நாட்டில் பற்றி எரிந்து கொண்டிருந்த இனப் பிரச்சினை படிப்பிலே முழுமையாகக் கவனத்தைச் செலுத்த என்னை அனுமதிக்கவில்லை. மிகச் சிறிய வயதிலேயே தமிழ்த் தேசிய அரசியலால் ஈர்க்கப்பட்டுவிட்டேன். தமிழ் இளைஞர் பேரவையைச் சேர்ந்த இன்பமும் அவரது மைத்துனர் செல்வமும் காவல்துறையால் கொடூரமாகக் கொல்லப்பட்டு, என்னுடைய கிராமத்தின் வாயிலிலே அவர்களது சிதைந்த உடல்கள் வீசப்பட்ட போது எனக்குப் பத்து வயது. யாழ்ப்பாணப் பொது நூலகம் எரிக்கப்பட்ட போது எனக்குப் பதின்மூன்று வயது. ஓர் இலட்சம் நூல்களிலிருந்தும் ஓலைச் சுவடிகளிலிருந்தும் எழுந்த தீயை எனது கிராமத்துக் கடற்கரையில் நின்று நான் பார்த்திருக்கிறேன். நான் பத்தாவது படித்துக்கொண்டிருந்த போதுதான், 1983 இல் தமிழர்களுக்கு எதிராக மிகப் பெரிய வன்செயல்களை இலங்கை அரசும், சிங்கள இனவெறியர்களும் நிகழ்த்தினார்கள். இந்தத் தொடர் போக்குகளின் விளைவாகவே, நான் தமிழீழ விடுதலைப் புலிகள் இயக்கத்தைத் தேடிச் சென்று அவர்களோடு இணைந்துகொண்டேன்.

■ அப்போது பல போராளி இயக்கங்கள் இருந்த போதும், ஏன் விடுதலைப் புலிகள் இயக்கத்தைத் தேர்வு செய்தீர்கள்?

எல்லாப் போராளி அமைப்புகளுமே வர்க்க ஒடுக்குமுறையற்ற, சாதியற்ற, சமதர்ம சோசலிஸத் தனித் தமிழீழம் என்ற பிரகடனத்தையே அப்போது முன்வைத்தார்கள். அதை அடையும்

வழியாக ஆயுதப் போராட்ட வழிமுறையை முன்னிறுத்தினார்கள். ஆயுதச் செயற்பாடுகளிலும், அரச படைகளுக்கு எதிரான தாக்குதல்களிலும் புலிகள் இயக்கமே மற்றைய இயக்கங்களைக் காட்டிலும் தொடர்ச்சியாகவும் வேகமாகவும் செயற்பட்டுக் கொண்டிருந்தது. புளொட், டெலோ, ஈ.பி.ஆர்.எல்.எப். ஆகிய இயக்கங்களை விட, உறுப்பினர்களின் எண்ணிக்கையளவில் புலிகள் சிறிய இயக்கமாக இருந்தால் கூட, ஒரு கெரில்லா அமைப்புக்குரிய எல்லாவிதக் கட்டமைப்புகளையும் புலிகள் அப்போதே உருவாக்கியிருந்தார்கள். 'சோசலிஸ தமிழீழத்தை நோக்கி', 'சோசலிஸ சித்தாந்தமும் கெரில்லா யுத்தமும்' என இரண்டு நூல்களைக்கூட புலிகள் வெளியிட்டிருந்தார்கள். இவைதான் என்னைப் புலிகள் அமைப்பில் இணையச் செய்தன.

■ தேடிச்சென்று சேர்ந்த புலிகள் இயக்கத்திலிருந்து நீங்கள் வெளியேறக் காரணம் என்ன?

நான் ஏதோ உணர்ச்சி வேகத்தில் சென்று புலிகள் இயக்கத்தில் சேர்ந்தவன் அல்ல. கிடைத்த நூல்களையெல்லாம் வாசிக்கும் பழக்கமிருந்ததாலும், வயதில் பெரியவர்கள் பேசுவதை வாய் பார்க்கும் வழக்கமிருந்ததாலும் சோசலிஸம், தமிழ்த் தேசியம், வியட்நாம் போன்ற நாடுகளில் நிகழ்ந்த விடுதலைப் போராட்டங்கள் குறித்தெல்லாம் சாடைமாடையாக அறிந்து வைத்திருந்தேன். ஒடுக்கப்பட்ட மக்களுக்கான சோசலிஸ முன்னோக்குடைய விடுதலை இயக்கம் என்ற நம்பிக்கையோடுதான் நான் புலிகள் இயக்கத்தில் சேர்ந்தேன். என்னிடம் மிகத் தீவிரமான தமிழ்த் தேசியப் பற்று இருந்தாலும், அந்தத் தமிழ்த் தேசிய அரசியல் ஒருபோதும் தீவிலிருக்கும் பிற இன மக்களைப் பகைமையாகக் கருதக்கூடாது, இலங்கை இனவாத அரசும் அதன் ஏவல் படைகளுமே நம்முடைய எதிரிகள் என்பதுவே என்னுடைய எண்ணமாகயிருந்தது. அதேநேரத்தில் நம்முடைய தமிழ்ச் சமூகத்தில் உள்ளுறைந்திருக்கும் சாதியம், ஆணாதிக்கம் போன்ற தீமைகளுக்கு எதிராகப் போராடி அவற்றைத் தகர்ப்பதும் தேசிய விடுதலைப் போராட்டத்தின் செயற்பாடே என்றுதான் கருதினேன். இயக்கமும் அப்படித்தான் சொல்லியது. அதுதான் தன்னுடைய கொள்கை என்றது.

யுத்த தூஷணம் | 145

ஆனால், இயக்கத்தின் உண்மையான நடைமுறை அதுவல்ல என்பது எனக்குத் தீர்க்கமாகப் புரியத் தொடங்கியபோதுதான், என்னுடைய இயக்க விசுவாசத்தில் கீறல் விழத் தொடங்கியது. அப்பாவிச் சிங்கள மக்களைப் புலிகள் இயக்கம் கொலை செய்தது, தமிழ் மக்களுக்குள்ளிருந்து எழுந்த சனநாயகத்தைக் கோரிய விமர்சனக் குரல்களை இயக்கம் அழித்தொழித்தது, விளிம்புநிலை மக்களைத் திருடர்கள், விபச்சாரிகள் எனக் குற்றம்சாட்டி மின்கம்பங்களில் கட்டிச் சுட்டுக் கொன்றது. புலிகளின் இதுபோன்ற கொடுஞ்செயல்களால் என்னுடைய அதிருப்தி வளர்ந்துகொண்டே சென்றது. சகோதரப் போராளி இயக்கங்களைப் புலிகள் தாக்கி அழித்தபோது, அந்த அதிருப்தி உச்சத்திற்குச் சென்றது. நான் இருந்த புலிகளின் அணியொன்றைத் தலைமை தாங்கிய பொறுப்பாளர்களினது அடாவடியும், எதேச்சதிகார நடவடிக்கைகளும் இயக்கத்திலிருந்து விலகிச் செல்லும் நிலையை எனக்கு உடனடியாக ஏற்படுத்தின. அடிமட்டப் போராளியான என்னுடைய எதிர்ப்பையோ, கருத்தையோ தெரிவிப்பதற்கான எந்தச் சனநாயக வெளியோ, வாய்ப்போ இயக்கத்திற்குள் கிடையாது. சனநாயகப் பண்பே இல்லாமல், தலைமை வழிபாட்டுடன் மேலிருந்து கீழாகக் கட்டப்பட்டிருந்த புலிகள் இயக்கம் மற்றைய போராளி இயக்கங்களையும், சாதியொழிப்புப் போராட்ட அமைப்புகளையும், பிற அரசியல் கட்சிகளையும், தொழிற்சங்கங்களையும் தடை செய்ததன் மூலமாகத் தமிழ்த் தேசிய அரசியலில் ஒற்றை இயக்கமாக, இறுக்கமான அதிகார மையமாக மாறிக்கொண்டிருந்த காலத்தில்தான் நான் இயக்கத்திலிருந்து வெளியேறினேன்.

■ *எந்தச் சூழ்நிலையில் இலங்கையிலிருந்து வெளியேறினீர்கள்?*

நான் இயக்கத்திலிருந்து வெளியேறி, அடுத்து என்ன செய்வது எனத் தெரியாமலேயே இருந்தேன். எனக்கு இயக்கத்தின் நடைமுறைகளில் பிரச்சினை இருந்ததே தவிர, சிறுவயது முதல் என்னிடமிருந்த தமிழீழக் கனவை என்னால் கைவிட முடியவில்லை. ஆனால், ஒரு மாற்று அரசியலை முன்னெடுப்பதற்கான தொடர்புகளோ, அரசியல் தெளிவோ என்னிடமிருக்கவில்லை. எனினும், எக்காரணம் கொண்டும் நாட்டை விட்டு வெளியேறக்கூடாது என்ற உறுதியோடிருந்தேன். செயலூக்கமுள்ள புலிகள் இயக்கத்தின் தவறான அரசியல்

நடவடிக்கைகளுக்கும் தமிழீழக் கனவுக்கும் இடையே என்னுடைய மனம் ஊசலாடிக் கொண்டிருந்தது. என்னுடைய இருபத்தைந்தாவது வயதிலே, நான் 'புரட்சிக் கம்யூனிஸ்ட் கழகம்' என்ற ட்ராட்ஸ்கிய அமைப்பை அய்ரோப்பாவில் சந்தித்து அவர்களோடு இணையும் வரை இந்த ஊசலாட்டம் எனக்குள் இருந்துகொண்டேயிருந்தது.

நான் இயக்கத்திலிருந்து வெளியேறிய ஆறு மாதங்களில், இந்திய அமைதிப்படை இலங்கைக்கு வந்தது. அடுத்த மூன்று மாதங்களில் இந்திய அமைதிப்படைக்கும் புலிகளுக்கும் இடையே போர் தொடங்கியது. போர் உக்கிரமான போது, என்னை மறுபடியும் இயக்கத்தில் இணையுமாறு என்னுடைய முன்னாள் சகாக்கள் கேட்டார்கள். யாழ்ப்பாணக் கோட்டைக்கு மிக அருகிலிருப்பதால் என்னுடைய கிராமமும் கடலும் இராணுவ ரீதியாக முக்கியமான பகுதிகள். கோட்டை இராணுவ முகாமிலிருந்து தீவுப் பகுதிக்குள் இராணுவம் நுழைவதைத் தடுப்பதற்காகப் பண்ணைப் பாலத்தின் முனையில், என்னுடைய கிராமத்தில் அமைக்கப்பட்டிருந்த புலிகளின் காவலரண் என்னுடைய பொறுப்பில்தான் நீண்ட காலமாக இருந்தது. எனவே என்னுடைய அனுபவ அறிவும் அவர்களுக்குத் தேவைப்பட்டது. நான் உறுதியாக மறுத்துவிட்டேன். இந்தியாவுடன் மோதுவது நமக்கு மிகப் பெரும் அழிவைக் கொண்டுவரும் என்று எனக்குத் தோன்றியது. இது ஏதோ என்னுடைய அரசியல் தீர்க்கதரிசனத்தால் தோன்றியதல்ல. ஒரு எளிய கிராமத்து மனிதரிடம் அப்போது இதைக் கேட்டிருந்தால் கூட அவரும் இதையேதான் சொல்லியிருப்பார்.

அமைதிப்படையினருடனான போர் மிகப் பெரும் அழிவுகளை எங்களுக்குக் கொண்டுவந்தது. அந்த யுத்தத்தில் தான் முள்ளிவாய்க்காலில் புலிகளின் இறுதித் தோல்விக்கான முதல் ஆணி அறையப்பட்டது. 'ஸலாம் அலைக்' நாவலில் அந்த இருண்ட காலங்களைக் குறித்து நான் விரிவாக எழுதியிருக்கிறேன். இந்திய அமைதிப்படையினர் காட்டுமிராண்டித்தனத்தை எங்களது மக்கள் மீது கட்டவிழ்த்துவிட்டார்கள். எண்ணற்ற கொலைகளும், கொள்ளைகளும், பாலியல் வல்லாங்குகளும் அமைதிப்படையினரால் நிகழ்த்தப்பட்டன. சந்தேகப்பட்ட இளைஞர்களையெல்லாம் கைது செய்து சித்திரவதை செய்தார்கள்.

புலிகளை மட்டுமல்லாமல், முன்னாள் புலிகளையும் தேடித் தேடி அழித்தார்கள். இந்தச் சூழலில்தான் நான் யாழ்ப்பாணத்தை விட்டுக் கொழும்புக்குத் தப்பிச் சென்றேன். சில காலங்களுக்குப் பின்பாக, இலங்கைப் படையினரால் கைது செய்யப்பட்டு பயங்கரவாதத் தடுப்புச் சட்டத்தின் கீழ் சிறையில் அடைக்கப்பட்டேன். நான் சிறையிலிருந்து வெளியே வந்த 1990 ஆம் வருட நடுப்பகுதியில், போர் உச்சக்கட்டத்திலிருந்தது. கொழும்பிலிருந்த தமிழ் இளைஞர்களை அரச படையும், துணைப்படைகளும் வேட்டையாடிச் சுட்டு, உடல்களைத் தெருவிலே வீசிக்கொண்டிருந்தன. என்னால் யாழ்ப்பாணத்திற்கும் திரும்பிச் செல்ல முடியவில்லை. பாதைகள் எல்லாம் அடைக்கப்பட்டிருந்தன. நான் எனது உறவினரான பயண முகவர் ஒருவரின் உதவியோடு தாய்லாந்துக்குத் தப்பிச் சென்று, அங்கே அய்.நா. நிறுவனம் அகதிகளுக்கு மாதாமாதம் வழங்கும் உதவித் தொகையைப் பெற்று வாழ்ந்தேன். அங்கேயும் ஏகப்பட்ட சட்டச் சிக்கல்கள். அகதிகளுடைய விசாவுக்கு அய்.நா. நிறுவனம் பொறுப்பெடுக்காது. பல தடவைகள் 'பாங்கொக்' குடிவரவுச் சிறையில் அடைக்கப்பட்டேன். 1993 இல் பிரான்ஸுக்கு அகதியாகச் சென்றேன்.

■ *அப்போதைய உங்களது மனநிலை பற்றிச் சொல்ல முடியுமா?*

இரண்டு வருடங்களில் நாட்டுக்குத் திரும்பிச் சென்றுவிடலாம் என்ற நம்பிக்கையோடுதான் என்னுடைய புலப் பெயர்வுகள் ஒவ்வொரு தடவையும் நிகழ்ந்தன. தமிழீழக் கனவு என்னுள் உயிர்ப்போடு இருந்தது. ஆனால், நாட்டுக்குத் திரும்பிச் செல்ல நீண்ட நெடிய முப்பத்து மூன்று வருடங்கள் ஆகிவிட்டன. அதுவும் அந்நியனாக, பிரெஞ்சுக் குடிமகனாக சுற்றுலா விசாவில் சென்று திரும்பியிருக்கிறேன்.

■ *பிரான்ஸில் உங்களை தக்கவைத்து கொள்ள முதலில் பார்த்த வேலை பற்றிச் சொல்லுங்கள்?*

முதலில் செய்த வேலை சட்டவிரோதமானது. விளம்பர அட்டைகளை வீடுகளுக்குப் போடுவது. அதன் பின்பு பொருட்காட்சி மண்டபங்களில் தூய்மைப் பணி செய்தேன். வேலை செய்வதற்கான விசா எனக்குக் கிடைக்க ஒரு வருட

காலமானது. பின்பு உணவகத்தில் சமையலறைப் பணிக்குச் சட்டப்படி சென்றேன்.

■ எழுத வேண்டும் என்று எப்போது முடிவு செய்தீர்கள்? அதற்கான உந்துதல் எப்படி ஏற்பட்டது?

வாசிப்பின் மீதும், தமிழ் சினிமா மீதும் எனக்கிருந்த இயல்பான ஆர்வமே என்னை எழுதுவதை நோக்கி இட்டுச் சென்றது. சிறுவனாக இருந்தபோதே கிராமத் திருவிழாக்களில் நடத்துவதற்காக நாடகங்களை எழுதி நடிக்கத் தொடங்கினேன். என்னுடைய பதினேழாவது வயதில் முதல் கவிதை 'ஈழமுரசு' பத்திரிகையில் வெளியானது. அந்தக் கவிதையின் தலைப்பு 'விசாக்கள்' என்றிருக்கும். வடபகுதித் தமிழ் மக்கள் வவுனியாவைத் தாண்டிச் செல்ல வேண்டுமானால், சிறப்பு அனுமதி பெறவேண்டும் என்றொரு சட்டம் அப்போது அரசால் போடப்பட்டிருந்தது. அதைக் குறித்தது அந்தக் கவிதை.

■ உங்களது 'BOX' நாவலின் பாத்திரமான ரேமன் பக்ததாஸ் பின் நாட்களில் கிறிஸ்துவ ஊழியராக மாறியிருந்தார் என்றும், அவர் அங்கே இருக்கும் தமிழ் மக்களுக்கு உதவிகள் செய்ததாகவும் எழுதியிருப்பீர்கள். கிறிஸ்துவ அமைப்புகள் தமிழ் மக்களுக்கு நிஜமாகவே உதவியிருக்கின்றனவா?

கிறிஸ்துவ திருச்சபையும், கிறிஸ்துவ அமைப்புகளும் மக்களை முட்டாள் தனத்திலும் மூடநம்பிக்கைகளிலும் ஆழ்த்தி வைக்கவும், உழைப்பைச் சுரண்டவும் நுட்பமாகச் செயற்படுபவை. அதேவேளையில் மதம் பரப்பும் நோக்கத்தோடு கல்வி, சுகாதாரம் போன்ற துறைகளில் அவை சேவையும் செய்துள்ளன. எல்லா அமைப்புகளிலும் விதிவிலக்காகச் சில உண்மையான மக்கள் ஊழியர்கள் இருப்பார்கள். கிறிஸ்துவ அமைப்புகளிலும் அவ்வாறு சில பாதிரிகள் இருக்கிறார்கள். யுத்த காலத்தில் பொதுமக்களைக் காக்கும் முயற்சியில் சில பாதிரிகள் தீவிரமாக இறங்கிச் செயற்பட்டிருக்கிறார்கள். இராணுவத்திடமிருந்து மட்டுமல்லாமல், புலிகளிடமிருந்தும் அவர்கள் மக்களைக் காப்பாற்ற முயற்சி செய்திருக்கிறார்கள். இந்த முயற்சிகளில் சில பாதிரிகள் உயிரிழந்திருக்கிறார்கள். மனித உரிமை

மீறல்களையும் போர்க்குற்றங்களையும் வெளியுலகம் அறிய அறிக்கையிட்டிருக்கிறார்கள்.

■ கிறிஸ்துவத்தை பரப்புரை செய்ய வந்தவர்கள் தமிழ் மக்கள் மத்தியில் பரவிக் கிடந்த சாதியத்தை உடைக்க முயற்சி செய்ததையும் அந்த நாவலில் சொல்லியிருக்கிறீர்கள். இதை விரிவாகச் சொல்ல முடியுமா?

கிறிஸ்துவ மதத்தில் ஏட்டளவில் சாதி கிடையாதுதான். ஆனால், கிறிஸ்துவர்களிடையே — குறிப்பாக யாழ்ப்பாணக் கிறிஸ்துவர்களிடையே — சாதியம் கடுமையாகக் கடைப்பிடிக்கப்படுகிறது. காலனிய காலத்தில் இலங்கைக்கு வந்த வெள்ளையின கிறிஸ்துவ மத போதகர்களுக்குச் சாதி கிடையாது. ஆனாலும், அவர்களில் பலர் இலங்கையிலிருந்த சாதிய முறைமையையும், தேச வழமைச் சட்டத்தையும் அனுசரித்துப் போனார்கள். அவர்களில் மிகச் சிலர், சாதிவெறி வெள்ளாளர்களின் எதிர்ப்பையும் மீறி, தங்களது மிஷன் கல்வி நிறுவனங்களில் தலித் மாணவர்களைச் சேர்த்துக் கொள்வதில் உறுதியாக நின்றார்கள். அப்படியான ஒரு பாதிரியாரைத்தான் நான் 'BOX' நாவலில் குறிப்பிடுகிறேன். பிக்னல் என்ற பெயருடைய அந்தப் பாதிரியார் என்னுடைய கற்பனையல்ல. வரலாற்றில் வாழ்ந்த உண்மையான மனிதர்.

ஆனால், இன்றைக்கு ஈழத்திலிருக்கும் சுதேசிப் பாதிரிகளுக்கும், ஆயர்களுக்கும் சாதி இருக்கிறது. 'உன்னை நீ நேசிப்பதைப் போலவே அயலானையும் அன்பு செய்' என்பவர்கள் தேவாலயத்திற்குள்ளேயே ஊடுருவியிருக்கும் சாதியைக் களையும் செயல்களில் இறங்குவதில்லை. பக்த கோடிகளுக்குப் பல மணிநேரம் நன்னெறி வாழ்க்கைப் பிரசங்கங்களைச் செய்யும் இவர்கள் சாதிய அநீதிக்கு எதிராக எதுவும் பேசுவதில்லை. ஈழத்தில் கிறிஸ்துவம் என்பது இந்து மதச் சடங்குகளையும், சாதியையும் ஆழமாக உள்வாங்கிக்கொண்ட இந்து பினாமி அமைப்புத்தான்.

சில மாதங்களுக்கு முன்பு, நண்பர் ஷர்தார் ஜமீல் நடத்தும் 'கதைப்பமா' என்ற YouTube தொடரில் கலந்து கொண்ட கத்தோலிக்கப் பாதிரியார் ஏ.ஏ. நவரட்ணம் நேயர்களின் கேள்விகளுக்குப் பதிலளித்துக் கொண்டிருந்த போது,

கிறிஸ்துவர்களிடையே சாதியம் கடைப்பிடிக்கப்படுவதைக் குறித்து நான் அவரிடம் கேள்வி எழுப்பினேன். கிறிஸ்துவர்களிடையே சாதிய ஏற்றத்தாழ்வுகள் இருப்பதை அவர் ஏற்றுக்கொள்ளவே செய்தார். சாதியத்தைக் கடைப்பிடிப்பவன் ஒருபோதும் கிறிஸ்துவனாக இருக்கவே முடியாது என்று பதிலளித்தார். பாதிரியார் சொல்வதுபடி பார்த்தால், ஈழத்தில் கிறிஸ்துவனை மலத்தில் அரிசியைப் பொறுக்குவதைப் போலத் தேடித்தான் கண்டுபிடிக்க வேண்டும்.

■ 'BOX' நாவலின் மையக் கதாபாத்திரம் வாய் பேசத் தெரியாத சிறுவன். முதலில் அவனைப் பார்க்க பிரபாகரனின் மகன் போன்றுள்ளான் என்று கூறிக் கதையை நகர்த்திவிட்டு, இறுதியாக அவனை இளம் புத்த துறவி என்று காண்பித்து நாவலை நிறைவு செய்யக் காரணம் என்ன?

அந்த நாவலை, நான் பாலச்சந்திரனுக்குத்தான் சமர்ப்பணம் செய்துள்ளேன். நாவலின் போக்கில் குழந்தைத் துறவியில் பாலச்சந்திரனைப் பொருத்திப் பார்க்க முயன்றேன். இந்த இருவேறு இனக் குழந்தைகளையும் வேறு வேறாகத் தானே அதிகார சக்திகள் பார்க்கின்றன, தீர்ப்பிடுகின்றன. இன வெறுப்பும் இனப் பகைமையும் அற்ற உலகத்தைக் குழந்தைகளது உலகில் மட்டுமே என்னால் சித்திரிக்க முடிந்தது.

■ இலங்கையில் பாலியல் விடுதிகளில், பெண் புலிகள் பாலியல் அடிமைகளாகப் பயன்படுத்தப்பட்டார்கள் என்றும் அந்த நாவலில் வருகிறதே... இது கதையின் போக்கில் வலுக்கட்டாயமாகத் திணிக்கப்பட்டிருக்கிறதா?

இல்லை. சரணடைந்த போராளிகளில் ஒரு பகுதியினர் எவ்விதம் நடத்தப்பட்டார்கள் என்பது உங்களுக்குத் தெரியும். அது குறித்துப் பல்வேறு சாட்சியங்களும், காணொளிகளும் வெளியாகியிருக்கின்றன. இயக்கத்தோடு எந்தத் தொடர்புமில்லாத சாதாரணமான பெண்களுக்கும் ஆண்களுக்கும் கூட இராணுவத்தினரால் அவமானங்களும் சித்திரவதைகளும் நிகழ்ந்தன. இலங்கை அரசினதும், சிங்கள இனவெறியர்களதும் அருவருக்கத்தக்க வெற்றிக் கொண்டாட்ட மனநிலையைச் சித்திரிக்கவே நாவலில் அந்தப் பகுதி எழுதப்பட்டது.

‘வீரதீரமான பெண் புலிகள் விடுதியில் பாலியல் அடிமைகளாக வைக்கப்பட்டிருக்கிறார்கள்’ என இவர்கள் பொய் சொல்லி வாடிக்கையாளர்களை ஈர்க்கிறார்கள், உண்மையில் அங்கே வைக்கப்பட்டிருந்தவர்கள் சாதாரண ஏழைப் பெண்களே என்றுதான் நாவலில் தெளிவாக எழுதியுள்ளேன். ஆனால், இதைக் கூடப் பொறுமையாகப் படித்துப் புரிந்துகொள்ள இயலாமல், பெண் புலிகளை நான் கொச்சைப்படுத்திவிட்டதாக அ. இரவி போன்ற சிலர் விமர்சித்தார்கள்.

ஆனால், உண்மையில் பெண் புலிகளை – குறிப்பாக பெண் புலிகளின் தலைவி மறைந்த தமிழினியை – பாலியல் கொச்சைப்படுத்திக் கேவலமான ஆபாசச் சிறுகதையை ‘சாகாள்’ என்று எழுதிய, தமிழ்நாட்டுக்கான சுத்த சைவ இலக்கியத் தூதுவரான அகரமுதல்வனையோ, ‘திருமதி செல்வி’ என்று கதையெழுதி, இப்போது அய்ரோப்பாவில் வாழ்ந்து கொண்டிருக்கும் முன்னாள் பெண் போராளியைக் கதைத் தூஷணம் செய்த சாத்திரி என்ற வதந்தி மன்னனையோ கபட விமர்சகர்கள் நைஸாகக் கடந்து சென்றார்கள். நானோ தமிழினிக்கும், செல்விக்கும் இந்த எழுத்தாளர்கள் இழைத்த அநீதியைக் கடுமையாகச் சாடி எழுதிக் கொண்டிருந்தேன்.

■ *‘BOX’ நாவலில் கம்யூனிஸ்டுகளையும் விமர்சிக்கிறீர்கள். இலங்கை இனப் பிரச்சினையை இலங்கைக் கம்யூனிஸ்டுகளால் புரிந்து கொள்ள முடியவில்லை என்று எடுத்துக் கொள்ளலாமா?*

அவர்களால் கம்யூனிஸத்தையே புரிந்து கொள்ள முடியவில்லையே. ஒடுக்கப்படும் தேசிய இனங்களின் சுயநிர்ணய உரிமையை ஆதரிக்காதவர்கள் கம்யூனிஸ்டுகளாக இருக்கவே முடியாது. இலங்கையில் கம்யூனிஸ்ட் கட்சிகள் தேசிய இனப் பிரச்சினையில் சரியான நிலைப்பாட்டை எடுத்திருந்தால், தேசிய இனங்களின் சுயநிர்ணய உரிமைக்கான கோரிக்கையை அவர்களே முன்னெடுத்துச் சென்றிருப்பார்கள். அவர்கள் இழைத்த தவறுகளாலும், சந்தர்ப்பவாத அரசியல் கூட்டுகளாலும் அதிருப்தியுற்ற செயலூக்கமுள்ள சிங்கள இளைஞர்கள் ஜே.வி.பி. என்ற இடது முகமூடியணிந்த சிங்கள இனவாத அமைப்பிலும், தமிழ் இளைஞர்கள் தமிழ்த் தேசியவாத இயக்கங்களிலும் தஞ்சமடைந்தார்கள். ஒரு

காலத்தில் இலங்கை வரலாற்றில் மக்களிடையே மிகப் பெரும் செல்வாக்கைப் பெற்றிருந்த கம்யூனிஸ்ட் கட்சிகள் இவ்வாறுதான் தங்களைச் சிதைத்துக்கொண்டு இலங்கை இனவாத அரசின் தொங்குசதையானார்கள். அதேவேளையில் தமிழ் மக்களின் அரசியல் உரிமைகளை ஆதரித்தும், சிங்களப் பேரினவாதத்தை எதிர்த்தும் பேசும் சின்னஞ்சிறிய, மக்கள் ஆதரவற்ற இடதுசாரிக் குழுக்களும் இலங்கையில் இயங்கிக்கொண்டுதான் இருக்கின்றன.

■ *'BOX' நாவலில் சாதியக் கொடுமைகளைக் குறித்து எழுதியுள்ளீர்கள். சாதிய அமைப்பைப் பொறுத்தவரை ஈழத்தை இந்தியாவுடன் ஒப்பிடலாமா?*

ஒப்பிட முடியாது. இந்தியாவில் சாதிய அமைப்பு முறைக்கு எதிராகக் காலத்துக்குக் காலம் எத்தனையோ மகான்களும் சீர்திருத்தவாதிகளும் தத்துவவாதிகளும் தோன்றியுள்ளார்கள். புத்தர், சித்தர்கள், ஜோதிபா பூலே, நாராயணகுரு, அயோத்திதாசர், பெரியார், அம்பேத்கர் என ஒரு நீண்ட வரலாற்று வரிசையுண்டு. ஈழத் தமிழர்களிடையே இப்படி எந்த முதன்மைச் சிந்தனையாளரும் சீர்திருத்தவாதியும் தோன்றவேயில்லை. கம்யூனிஸ்ட் கட்சிகள் சாதியொழிப்பில் அக்கறை காட்டியிருந்தால் கூட, சாதி ஒழிப்பல்ல அவர்களது முதன்மையான இலக்கு. வர்க்கப் பார்வையுடனும், சாதி என்பது நிலப்பிரபுத்துவப் பண்பு என்ற மூடுண்ட கருத்துடனும் தான் அவர்கள் சாதியை அணுகினார்கள். சாதி ஒழிப்புக் குறித்து எந்த அரசியல் வேலைத் திட்டமும் அவர்களிடமில்லை. இந்து மதத்திற்கும் சாதிக்குமுள்ள வலுவான அடிப்படைத் தொடர்பு குறித்தெல்லாம் அவர்கள் பேசவேயில்லை. இலங்கையில் தலித்துகளுக்கும், பெண்களுக்கும், சிறுபான்மையினருக்கும் இட ஒதுக்கீடுகள் கிடையாது. சமூகநீதியிலான அதிகாரப் பகிர்வு குறித்தெல்லாம் இடதுசாரிகள் உட்பட எந்த அரசியல் கட்சியும் பேசியதில்லை.

இருபதாம் நூற்றாண்டின் ஆரம்பத்தில், ஈழத்தில் சாதியத்திற்கு எதிரான உரையாடல்களும், சில மெல்லிய செயற்பாடுகளும் ஆரம்பித்துவைக்கப்பட்டன. காந்தியத்தால் ஈர்க்கப்பட்ட இளைஞர்களால் தொடக்கப்பட்ட 'யாழ்ப்பாண வாலிபர் காங்கிரஸ்' சமபந்தி போசனம் போன்ற சில செயற்பாடுகளை

முன்னெடுத்தது. காந்தியாரை யாழ்ப்பாணத்திற்கு அழைத்துவந்து, தீண்டாமைக்கு எதிராகப் பொதுக்கூட்டங்களை நடத்தியது. இதற்குப் பின்பாக ஜோவல் போல், ஜேக்கப் காந்தி போன்றவர்களால் தலித்துகளுக்கான விடுதலை அமைப்பாக 'சிறுபான்மைத் தமிழர் மகாசபை' உருவாக்கப்பட்டு, சாதி ஒடுக்குமுறைக்கு எதிராகப் போராட்டங்களை நடத்தினார்கள். ஆனாலும், இவர்களது போராட்டங்கள் பெரிய வெற்றிகளைச் சாதிக்கவில்லை. 1960-களில் இடதுசாரிகள் தீண்டாமை ஒழிப்பில் அக்கறை காட்டினார்கள். இவர்களது வழிகாட்டுதலோடு தொடக்கப்பட்ட 'தீண்டாமை ஒழிப்பு வெகுஜன இயக்கம்' தீவிரமாகச் செயற்பட்டு ஆலய நுழைவு, தேநீர் கடை நுழைவு போன்ற சில வெற்றிகளைச் சாதித்தது. 1970-களில் தமிழ்த் தேசிய ஆயுதப் போராட்டப் பேரலை எழுந்தபோது, இடதுசாரிக் கட்சிகளும் தீண்டாமை ஒழிப்பு வெகுஜன இயக்கமும் அந்த அலையில் சிதறிப் போயின. தமிழ் அரசியல் புலத்தில் போராளி இயக்கங்கள் தீர்மானகரமான சக்திகளாக தங்களை நிறுவிக் கொண்டார்கள்.

தமிழீழ விடுதலைப் போராட்டம் சாதிய இரும்புக் கோட்டையில் சில ஓட்டைகளைப் போட்டது. போராளி இயக்கங்களுக்குள் எல்லாச் சாதி இளைஞர்களும் உள்வாங்கப்பட்டார்கள். ஒரு சில சம்பவங்களைத் தவிர போராளி இயக்கங்கள் சாதியை மீறியே செயற்பட்டன. ஆனால், இவர்களிடமும் சாதியை ஒழிப்பதற்கு எந்த அரசியல் வேலைத் திட்டங்களும் இருக்கவில்லை. 'தமிழீழம் அமைந்துவிட்டால் சாதி ஒழிந்துவிடும்' என்று வெறுமனே சொல்லிக் கொண்டிருந்தார்கள். சாதி ஒழிப்பைக் கொள்கை ரீதியாக இயக்கங்கள் ஏற்றுக் கொண்டிருந்தாலும், இன்னொரு புறத்தில் ஆதிக்க சாதியான வெள்ளாளர்களைப் பகைத்துக்கொள்ளக் கூடாது என்ற இரட்டை நிலைப்பாடு இவர்களிடம் இருந்தது. சாதிய முரண்களை இப்போது ஆழமாகப் பேசுவது விடுதலைப் போராட்டத்துக்குக் கேடாகலாம் என்ற சந்தர்ப்பவாத நிலைப்பாட்டிலேயே இவர்கள் இயங்கினர்கள். எனினும் கூட, சாதிய ஒடுக்குமுறைகள் நிகழ்ந்த பல சம்பவங்களில் போராளிகள் சாதியத்திற்கு எதிரான நடவடிக்கைகளை எடுத்திருக்கிறார்கள். அதுபோலவே யாழ்ப்பாண நூலகத் திறப்பு விழா போன்ற சாதிய முரண்

சம்பவங்களில் நழுவியும் போயிருக்கிறார்கள். இந்த நழுவல் போக்கு ஆதிக்க சாதியினருக்கே சாதகமாக முடிந்தது.

நேரடியான சாதி ஒடுக்குமுறைகள் முன்பைவிட இப்போது குறைந்துள்ளன. இன்றைய தலித் இளைஞர்கள் முப்பது வருடப் போருக்குள்ளால் உருவாகி வந்தவர்கள். அவர்கள் நேரடிச் சாதிய ஒடுக்குமுறைகளுக்குத் தக்க பதிலடி கொடுக்கத் தயாராக இருக்கிறார்கள். ஆனால், அரசியல் அதிகாரம், கல்வி, நீதி, பொருளாதாரம், ஊடகம், மதநிறுவனங்கள் ஆகிய அனைத்துத் துறைகளிலும் இன்னும் வெள்ளாளரின் ஆதிக்கமே நிறைந்துள்ளது. இந்த அதிகாரங்களின் ஊடாக மிக நுட்பமாகவும் மறைவாகவும் சாதிய ஏற்றத்தாழ்வுகள் நிலை நிறுத்தப்படுகின்றன. புறக்கணிப்புகள் நிகழ்த்தப்படுகின்றன.

■ *உங்களது மெய்யெழுத்து சிறுகதையில் 'பஞ்சமும், தீயும், வெடி முழக்கமும், அழுகுரல்களும், இரத்தமும், சாவும் எல்லோரையுமே பைத்தியங்களாக்கிக் கொண்டிருந்தன' என்ற வரிகள் வரும். போரினால் ஏற்படும் உளவியல் சிக்கலைப் பற்றிப் பகிர்ந்து கொள்ள முடியுமா?*

இதற்கு ஒரு பொதுவான பதிலை நான் சொல்லிவிட முடியாது. யுத்தத்திற்குள் சிக்குண்ட ஒவ்வொரு தனிமனிதரின் தன் நிலையையும், சமூக நிலையும் வெவ்வேறு விதமாக உளவியல் சிக்கல்களை அவர்களில் ஏற்படுத்தும். யுத்தம் பொதுச் சமூகத்தில் உண்மை, சத்தியம், தோழமை, சகோதரத்துவம், அஞ்சாமை போன்ற மானிட உயர் பண்புகளையே முதலில் கொல்கிறது. அதன் பின்பே மனிதர்களைக் கொல்கிறது.

■ *பொருளாதார ரீதியாக உயர்மட்டத்தில் இருந்தவர்களுக்குப் போரின் தாக்கம் குறைவாக இருந்ததா? அடிமட்டத் தமிழ் மக்களைத்தான் போர் அதிகம் பாதித்ததா?*

ஆம். பொருளாதாரத்தில் வசதி வாய்ப்புள்ளவர்கள் பெருந் தொகையாக வெளிநாடுகளுக்கும், போர் நடக்காத கொழும்பு போன்ற நகரங்களுக்கும் புலம் பெயர்ந்து சென்றுவிட்டார்கள். வறியவர்களும் எளியவர்களும்தான் போரை எதிர்கொள்ள வேண்டியிருந்தது. இறுதிக் கட்டப் போரில் வன்னிக்குள் சிக்கியிருந்த மக்களில் கணிசமான தொகையினர், வன்னியில் குடியேறிய வறிய மலையக மக்களாக இருந்தார்கள்.

■ *சிங்கள பவுத்த அடிப்படைவாதம் தான் தமிழின அழிப்பின் மையக் காரணம். இதுபோன்ற ஒரு நிலை இந்தியாவில் உள்ள சிறுபான்மை மதத்தினருக்கும் இந்து மத வெறியால் ஏற்படுமா?*

மத அடிப்படைவாதம் எந்த எல்லைக்கும் செல்லும். பவுத்தம், கிறிஸ்துவம், இஸ்லாம், இந்து என்ற எந்த அடிப்படைவாதமானாலும் அது பாஸிசத்தை நோக்கி இட்டுச் செல்லும் என்பதை இலங்கையில் மட்டுமல்லாமல், உலக வரலாறு முழுவதுமே கண்டுள்ளோம். மத அடிப்படைவாத அரசியலை நவீன சனநாயக அரசியலிலிருந்து விலக்கியே ஆகவேண்டும். இந்து அடிப்படைவாத அரசியல் இப்போது இந்திய சனநாயகம் எதிர்கொள்ளும் முதன்மை ஆபத்து மட்டுமல்லாமல், அன்றாட வாழ்க்கையிலும் அது அபாயங்களை விளைவிக்கிறது. குஜராத் வன்செயல்கள், குடியேற்றச் சட்டத் திருத்தங்கள், மாட்டுக் கறிக்குத் தடை, மதச்சார்பற்ற அரசியலாளர்களுக்கும் கல்வியாளர்களுக்கும் சிறை, எழுத்தாளர்கள் சுட்டுக் கொல்லப்படுவது, கலாசாரக் கண்காணிப்பு என்று அபாயம் விரிந்தே செல்கிறது. இதை எதிர்கொள்ள இன்னொரு மத அடிப்படைவாதத்தைப் பற்றிப்பிடிப்பது நிலைமையை மேலும் அபாயமாக்கும். நவீன இந்தியாவுக்கு காந்தியார், அம்பேத்கர் போன்றவர்கள் அளித்த மதச்சார்பற்ற பெருமைமிகு முகம் இருக்கிறது. அதைக் காப்பாற்றியே தீர வேண்டும்.

■ *பிரபாகரன் உயிரோடு இருக்கிறாரா?*

என்னுடைய அறிவுக்கு எட்டிய வரை இல்லை. விடுதலைப் புலிகள் போரில் தோல்வியைத் தழுவப் போகிறார்கள் என்று பல வருடங்களுக்கு முன்பே நான் அனுமானித்திருந்தேன். அதைப் பல கட்டுரைகளிலும், நேர்காணல்களிலும் குறிப்பிடவும் செய்தேன். புலிகள் வெற்றி பெறுவார்கள் எனக் கோஷம் போட்டுக் கொண்டிருந்தவர்களைக் கடுமையாகக் கண்டிக்கவும் செய்தேன். ஏனெனில் அவர்கள் மக்களிடம் உண்மையை மறைத்துக் கொண்டிருந்தார்கள். ஆனால், புலிகளின் தலைவரின் உடல் இலங்கைப் படையினரின் கையில் சிக்கும் என நான் எதிர்பார்க்கவே இல்லை. அது எப்படி நிகழ்ந்தது என எனக்கு இன்று வரை புரியவேயில்லை. புலிகளின் தலைவர் நினைத்திருந்தால் தன்னுடைய உடலை முழுமையாக

அழிப்பதற்கு ஏற்பாடு செய்திருக்கலாம். யோசித்துப் பார்த்தால், போரின் இறுதி நாட்கள் நாம் நினைப்பதைவிடக் கடுமையாகவும், மர்மமாகவும் இருந்திருக்கின்றன என்பதே உண்மை.

■ இந்த முறை பழ. நெடுமாறனை இயக்கியது பா.ஜ.க. என்று பேசப்படுகிறதே?

பழ. நெடுமாறன் 'பிரபாகரன் உயிரோடு இருக்கிறார்' என அறிவித்த போது, அவரருகே இருந்தவர் காசி. ஆனந்தன் என்பதை நீங்கள் கவனிக்க வேண்டும். புலிகளின் ஆதரவாளர்களில் ஒரு பகுதியினரிடம் ஒரு முழு மூட நம்பிக்கையுண்டு. பா.ஜ.க. ஈழத் தமிழர்களின் நட்பு சக்தி, இந்து என்ற அடிப்படையில் பா.ஜ.க. இலங்கைத் தமிழர்களுக்கு ஆதரவாக நிற்கும் என்று அவர்கள் நம்புகிறார்கள். வன்னி இறுதிப் போரின் போது, பா.ஜ.க. தேர்தலில் வென்றால் போர் நிறுத்தப்படும், இலை மலர்ந்தால் ஈழம் மலரும் என்றெல்லாம் அறியாமைக் குரல்கள் எழுந்தன. ராஜீவ் காந்திக்குப் பின்னான இந்திய அரசியலில், இந்திய ஒன்றிய அரசு எப்போதுமே மிக வெளிப்படையாக இலங்கை அரசுக்குச் சார்பாகவே உள்ளது. இலங்கை அரசைத் தனது கைக்குள் வைத்திருப்பதன் மூலம், இலங்கையில் இந்தியாவின் அதிகாரத்தையும், முதலீடுகளையும் நிலைநிறுத்துவதே இந்திய ஒன்றிய அரசின் கொள்கை முடிவு. எனவே இந்து என்ற கதையாடலின் அடிப்படையில் ஈழத்தை வென்றுவிடலாம் என்று நினைப்பது அடி முட்டாள்தனமும் மிகத் தவறான அரசியலுமாகும். இதை வேறு மாதிரியும் விளக்கலாம். இந்தியாவில் பட்டியல் சாதியினரில் பெரும்பாலானோர் இந்துக்கள் தானே. இந்துக்கள் என்ற அடிப்படையில் பா.ஜ.க. அவர்களிடம் கரிசனை கொள்கிறதா என்ன? சனாதனத்தையும் சாதியத்தையும் சாஸ்திரங்களையும் பேணி வளர்ப்பதிலும், இட ஒதுக்கீடு போன்ற உரிமைகளை அழித்து ஒழிப்பதிலும் தானே பா.ஜ.க. கரிசனை காட்டுகிறது.

■ இலங்கைத் தமிழர்கள் பற்றியும், பிரபாகரனைப் பற்றியும் உணர்ச்சி பொங்கச் சீமான் பேசுகிறார். சீமானின் அரசியல் செயல்பாடுகளால் ஈழத் தமிழர்களுக்கு ஏதாவது பயனுண்டா?

சீமானால் எங்களுக்கு இதுவரை எந்தவொரு பயனும் கிடைத்ததில்லை. ஆனால், ஈழத் தமிழர்களிடமிருந்து சீமானுக்குக் கட்சிக் கொடி, இலச்சினை உட்பட ஏராளமான பயன்கள் கிடைத்துள்ளன. ஈழத் தமிழர்கள் புலம்பெயர் நாடுகளிலிருந்து 'நாம் தமிழர் கட்சி'க்குப் பணம் அனுப்புகிறார்கள். சீமான் ஈழத்துக்கு வந்திருந்தபோது, போரால் கடுமையான உணவுப் பஞ்சம் அங்கே நிலவியபோதும், சீமானுக்கு மூன்று வேளையும் உணவளித்துத் தடபுடலாக விருந்தோம்பியிருக்கிறோம். துப்பாக்கி சுடுவதற்கு, கப்பலைக் கடத்துவதற்கு எல்லாம் கற்றுக் கொடுத்துள்ளோம். இவற்றுக்கு நன்றி செலுத்தும் வகையில் இனித்தான் சீமான் ஏதாவது எங்களுக்குச் செய்ய வேண்டும்.

■ *இப்போது ஈழத் தமிழர்கள் சந்திக்கும் முதன்மைச் சிக்கலாக எதைப் பார்க்கிறீர்கள்?*

ஒற்றுமையின்மை தான் முதன்மைச் சிக்கல். சிங்களப் பேரினவாதிகள் மிகுந்த ஒற்றுமையுடன் முழு இலங்கையையும் சிங்களப் பவுத்தமயமாக்குவது என்ற தூரநோக்கோடு பயணித்துக் கொண்டிருக்கிறார்கள். ஈழத் தமிழர்களோ இதை எதிர்கொள்ளத் திராணியற்று தங்களுக்குள் கட்சிகளாகவும் சாதிகளாகவும் பிரிந்து கிடக்கிறார்கள். ஆளையாள் மாறி மாறித் துரோகிப் பட்டம் கட்டிப் புறம்தள்ளுகிறார்கள். ஈழத் தமிழர்களின் பிரச்சினையைத் தீர்ப்பதற்கு அய்.நா.வையும், அமெரிக்காவையும், இந்தியாவையும், சர்வதேச நீதிமன்றத்தையும் நம்புவர்கள் சக தமிழரை நம்புவதற்கு மறுக்கிறார்கள். இணைந்து வேலை செய்யப் பின்னடிக்கிறார்கள். உண்மையில் இன்றைய ஈழத் தமிழ்க் கட்சிகளிடம் கொள்கை அடிப்படையில் பெரிய வேறுபாடுகளில்லை. அதிகாரப் போட்டியாலும், தேர்தல் அரசியலாலுமே இவர்கள் பிரிந்து மோதிக் கொள்கிறார்கள். சிறுபான்மை இனங்களின் பாதுகாப்பு, அரசியல் உரிமைகள் என்ற அடிப்படையில் இவர்கள் ஓரணியாகத் திரளாவிட்டால், முழு இலங்கையும் மிக விரைவிலேயே சிங்கள பவுத்தமயமாவதை யாராலும் தடுக்க முடியாது.

■ *உங்களது புத்தகங்கள் உலகம் முழுவதிலும் இருக்கும் தமிழர்களால் வாசிக்கப்படுகின்றன. இதை மனதில் வைத்துக்கொண்டுதான் ஒரு கதைக்கான மொழியைத் தெரிவு செய்வீர்களா? சில கதைகள்*

ஈழ வட்டார மொழி வழக்கில் இருக்கின்றன, அதைப் படிப்பதில் வாசகர்களுக்குச் சிக்கல் ஏற்படாதா?

சிக்கல் இருக்கக் கூடும். அந்தச் சிக்கைச் சிரத்தையுள்ள இலக்கிய வாசகர் சற்றே சிரமப்பட்டாவது அவிழ்த்து விடுவார். அப்படி அவிழ்த்துத்தான் ஈழத்தவர்களான நாங்கள் தமிழக வட்டார வழக்கு இலக்கியங்களைப் படித்துக் கொண்டிருக்கிறோம். வட்டார மொழி வழக்கு என்பது ஓசைகளால் மட்டும் வேறுபடுவது அல்ல. அது வேறொரு பண்பாட்டையும் நிலத்தின் வாசனையையும் நம்மிடம் எடுத்து வருகிறது. அதன் தனித்துவத்தையும் அழகையும் அனுபவிக்கச் சோம்பல்பட்டால் எப்படி? அதனால்தான் நான் புனைகதைகளின் அடியில் சொல் விளக்கமோ, வழக்குச் சொல் அகராதியோ கொடுப்பதில்லை. சிங்களத்தில், பிரஞ்சில் கூட என்னுடைய கதைகளில் சில வரிகள் அங்கங்கே இடம் பெறுவதுண்டு. அவற்றுக்கும் நான் அகராதி கொடுப்பதில்லை. கதையின் சித்திரிப்பிலேயே அவற்றை வாசகர்களுக்குப் புரியப்பண்ணவே நான் முயற்சிக்கிறேன். 'டப்பிங்' இலக்கியத்திற்கு ஆகாது.

கதைக்கான மொழியைத் தெரிவு செய்வதில் என்னிடம் தெளிவான விதிகள் ஏதுமில்லை. புனைகதையின் மொழி இசையைப் போன்றிருக்க வேண்டும் என்பது எனது அவா. எப்படி இசை சித்திக்கிறது எனக் கேட்டால் இளையராஜா மேலே கையைக் காட்டுகிறார். உள்ளுணர்வின் உந்துதலால் ஏற்படும் மன எழுச்சியையும், கற்பனையையும், படைப்பு நுட்பத்தையுமே அவர் கடவுள் எனக் குறிப்பிடுகிறார். ஒவ்வொரு கதைக்கான மொழியும் அவ்வாறுதான் தேர்ந்த படைப்பாளியிடம் உருவாகிறது என்றே நான் நினைக்கிறேன்.

■ உங்கள் படைப்புகளில் பெரும்பாலும் இலங்கை யுத்தமும், அதன் பாதிப்பும் வெளிப்படுகிறது. இவற்றைத் தவிர்த்து வேறு வகையான கதை மற்றும் நாவல்களை உங்களிடமிருந்து எதிர்பார்க்கலாமா?

நேற்று, புலம்பெயர்ந்த ஈழத்து எழுத்தாளர் ஒருவரிடம் பேசிக் கொண்டிருந்தேன். அவருடைய கதைகள் ரஷ்யாவைப் பின்னணியாகக் கொண்டு, ரஷ்யப் பாத்திரங்களை வைத்தே எழுதப்படும். மிக்கயீல் நிக்கொலேவிச்சுகளும், அன்னா

நடேஷாக்களும் அவரது கதைகளில் தாராளமாக உறைபனியில் நடமாடுவார்கள். எனவே அவரிடம் 'ஈழத்தை மையமாக வைத்து ஏன் நீங்கள் கதைகளை எழுதுவதில்லை?' என்று கேட்டேன். அவரோ 'ஈழப் பிரச்சினையைத் தொட்டால் பிரச்சினையில் சிக்குப்பட வேண்டிவரும்... எதை எழுதினாலும் புலி ஆதரவாளர்களோ, புலி எதிர்ப்பாளர்களோ என்னைப் பிய்த்துத் தின்றுவிடுவார்கள்' என்று வெள்ளந்தியாகச் சொன்னார். எனவே ரஷ்யக் கதைகளையும், பிரெஞ்சுக் கதைகளையும், வேறு வகையான கதைகளையும் அவரைப் போன்ற எழுத்தாளர்கள் எழுதட்டும். இலங்கையில் நிகழ்ந்த கொடிய யுத்தத்தைப் பக்கம் சாராமலும், சுயதணிக்கைகள் இல்லாமலும் எழுத என்னைப் போல சில எழுத்தாளர்களே இருக்கிறோம். நாங்கள் இது குறித்து எழுத வேண்டியவை இன்னும் ஏராளமாக உள்ளன. நாடுகாண் பயணியான மார்க்கோ போலோ தனது மரணப் படுக்கையில் இருந்த போது 'நான் பார்த்தவற்றில் பாதியைத்தான் இதுவரை சொல்லியிருக்கிறேன்' என்றாராம். அதுபோன்று நான் பார்த்தவற்றிலும், கேட்டவற்றிலும் கால்வாசியைக் கூட நான் இன்னும் எழுதி முடிக்கவில்லை.

◉